இன்னும் ஒரு பெண்

கிழக்கு பதிப்பக வெளியீடுகளாக சுஜாதாவின் புத்தகங்கள்

மீண்டும் ஜீனோ
நிறமற்ற வானவில்
நில்லுங்கள் ராஜாவே
தீண்டும் இன்பம்
ஆஸ்டின் இல்லம்
அனிதாவின் காதல்கள்
நைலான் கயிறு
24 ரூபாய் தீவு
அனிதா இளம் மனைவி
கொலை அரங்கம்
கமிஷனருக்கு கடிதம்
அப்ஸரா
பாரதி இருந்த வீடு
மெரீனா
ஆர்யபட்டா
என் இனிய இயந்திரா
காயத்ரி
ப்ரியா
தங்க முடிச்சு
எதையும் ஒருமுறை
ஊஞ்சல்
ஓரிரவில் ஒரு ரயிலில்
மீண்டும் ஒரு குற்றம்
விக்ரம்
நில், கவனி, தாக்கு!
வாய்மையே சில சமயம்
வெல்லும்
ஆ..!
வசந்த காலக் குற்றங்கள்
சிவந்த கைகள்
ஒரே ஒரு துரோகம்
இன்னும் ஒரு பெண்
6961
ஜோதி
மாயா
ரோஜா
ஓடாதே
மேற்கே ஒரு குற்றம்
விபரீதக் கோட்பாடு
ஐந்தாவது அத்தியாயம்
மலை மாளிகை
விடிவதற்குள் வா
மூன்று நாள் சொர்க்கம்
பத்து செகண்ட் முத்தம்
கம்ப்யூட்டர் கிராமம்
இளமையில் கொல்
மேகத்தை துரத்தியவன்
ஒரு நடுப்பகல் மரணம்
நகரம்
இதன் பெயரும் கொலை
மண்மகன்
தப்பித்தால் தப்பில்லை
விழுந்த நட்சத்திரம்
முதல் நாடகம்
ஆட்டக்காரன்
ஜன்னல் மலர்
என்றாவது ஒரு நாள்
வைரங்கள்
மேலும் ஒரு குற்றம்
சொர்க்கத் தீவு
கனவுத் தொழிற்சாலை
ஆயிரத்தில் இருவர்
பதினாலு நாட்கள்
உள்ளம் துறந்தவன்
பிரிவோம் சந்திப்போம்
கரையெல்லாம் செண்பகப்பூ
இரண்டாவது காதல் கதை
நிர்வாண நகரம்
குருபிரசாதின் கடைசி தினம்
இருள் வரும் நேரம்
திசை கண்டேன் வான் கண்டேன்
ஆழ்வார்கள் - ஓர் எளிய அறிமுகம்
தேடாதே
விருப்பமில்லாத் திருப்பங்கள்
விரும்பிச் சொன்ன பொய்கள்
கை
ஆதலினால் காதல் செய்வீர்
நூற்றாண்டின் இறுதியில் சில சிந்தனைகள்
அப்பா, அன்புள்ள அப்பா
மிஸ். தமிழ்த்தாயே, நமஸ்காரம்!
சிறு சிறுகதைகள்
வாரம் ஒரு பாசுரம்
வானத்தில் ஒரு மௌனத்தாரகை
கடவுள் வந்திருந்தார்
அனுமதி
ஓலைப் பட்டாசு
சேகர், சிங்கமய்யங்கார் பேரன்
கம்ப்யூட்டரே ஒரு கதை சொல்லு
டாக்டர் நரேந்திரனின் விநோத வழக்கு
நிஜத்தைத் தேடி
பாதி ராஜ்யம்
சில வித்தியாசங்கள்

இன்னும் ஒரு பெண்

சுஜாதா

கிழக்கு

இன்னும் ஒரு பெண்
Innum Oru Penn
by Sujatha
Sujatha Rangarajan ©

First Edition: June 2010
72 Pages
Printed in India.

ISBN 978-81-8493-263-8
Kizhakku - 510

Kizhakku Pathippagam
177/103, First Floor,
Ambal's Building, Lloyds Road
Royapettah, Chennai 600 014.
Ph: +91-44-4200-9603

Email : support@nhm.in
Website : www.nhm.in

Cover Image : Shutterstock ©

Kizhakku Pathippagam is an imprint of New Horizon Media Private Limited

This book is sold subject to the condition that it shall not, by way of trade or otherwise, be lent, resold, hired out, or otherwise circulated without the publisher's prior written consent in any form of binding or cover other than that in which it is published and without a similar condition including this the rights under copyright reserved above, no part of this publication may be reproduced, stored in or introduced into a retrieval system, or transmitted in any form or by any means (electronic, mechanical, photocopying, recording or otherwise), without the prior written permission of both the copyright owner and the above-mentioned publisher of this book.

'கொஞ்சம் யோசிச்சுப் பாத்திங்கன்னா இந்தக் கல்யாணம் நடக்கறதுக்கு இது ஒண்ணுதான் நேரான தொந்தரவில்லாத வழின்னு உங்களுக்குப் புலப்படும். உங்க மனைவிகிட்ட நீங்க பேசற விதத்தில் பேசி விஷயத்தைச் சொல்லியே ஆகணும். அவங்க சம்மதம் இல்லாவிட்டாலும்கூட, விரோதம் இல்லாம ஆரம்பிக்கிறது நான் உங்க குடும்பத்துக்குள் பிரவேசிக்கிறதுக்கு முந்தி முக்கியமான ஒண்ணு. அவசரமே இல்லை. நான் இன்னும் ஆறு மாசம், ஒரு வருஷம்கூடக் காத்திருக்கேன். உங்ககிட்டேருந்து தீர்மானமான பதில் வரவரைக்கும்!'

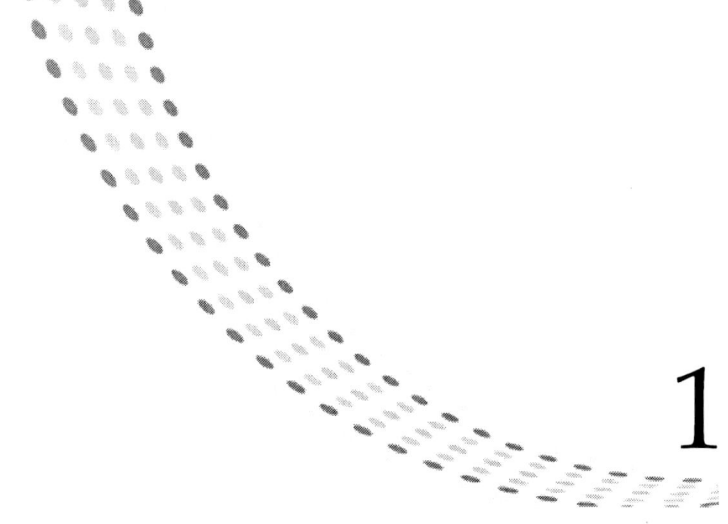

1

இன்று சொல்லி விட வேண்டும் என்று ஜெயன் தீர்மானித்தார். விஷயத்தை ஒத்திப்போட்டுக்கொண்டிருப்பதில் சிரமம் ஜாஸ்தி ஆகிக்கொண்டிருக்கிறது. மென்று முழுங்கிப் பிரயோஜனம் இல்லை. சீதாவை எழுப்பி இப்போதே சொல்லிவிட்டால் என்ன? நேராக அவள் படுக்கை அறைக்குச் சென்றார். ஏஸியை அணைத்திருந்தாள். அவளுக்குக் குளிர் கொஞ்சம் ஆகாது. சத்தம் போடாமல் ஜெயன் தூங்கினதும் ஏஸியை அணைத்து விடுவாள். எதிலும் இவளுக்கும் எனக்கும் ஒத்துப் போனதில்லை. இவளுக்கு காபி என்றாலே அலர்ஜி. எனக்கு அரை மணிக்கு ஒரு முறை வேண்டும். படுக்கையில் படுத்திருந்தவளை நிதானமாகப் பார்த்தார். எந்தவிதக் கவலையும் இன்றி சற்றே வாயைத் திறந்து கொண்டு தூங்கிக் கொண்டிருந்தாள். நெற்றியில் அழியாத குங்குமம். முதல் தினம் தேய்த்த மஞ்சளின் சுவடுகள் முகத்தில். கேள்வி கேட்காமல் சாவித்திரி அல்லது கண்ணகி வேடம் கொடுக்கலாம். அத்தனை பதவிசு, பவ்யம், சாந்தம், லக்ஷ்மிகரம் இத்யாதி.

சீதா! எத்தனை பொருத்தமான பெயர்! தாலிச் சங்கிலி மார்பில் துவண்டிருந்தது. தாலிக்குக்கூட குங்குமப் பொட்டு இட்டிருந்தாள். தினம் என்ன என்னவோ சுமங்கலிப் பிரார்த்தனைகள். வெள்ளிக்கிழமை தோறும் இருக்கிற அம்மனுக்கு எல்லாம் நெய்யை விரயம் செய்து படையல்கள், ரோட்டில் போகிற பசு மாட்டுக்கெல்லாம் பூவும் பழமும். சுமங்கிலிப் பெண்டு, மாங்காட்டு அம்மன், அந்த அம்மன், இந்த அம்மன் என்று பூவும் பொட்டுமாக அடுத்த நூற்றாண்டு வரை தழைத்திருக்க, எல்லா உபதேவதைக்கும் லஞ்சம். கொஞ்ச நாள் போனால், இவளே

இரண்டு கைகளையும் அம்மன் போல் சாஸ்வதமாக வைத்துக் கொண்டு விடுவாள் போலத் தோன்றியது. இவளை ஏன் கல்யாணம் செய்து கொண்டோம்?

இப்போது எண்ணிப் பிரயோஜனம் இல்லை. இருபது வருஷம் லேட். கல்யாணம் செய்துகொண்டபோது இந்த மாதிரி பணக் காரனாகப் போகிறோம் என்று யாராவது சொல்லியிருந்தால் வேண்டாம் என்று சொல்லியிருக்கலாம்.

ஆனால், அப்போது மாமனார் கொடுத்த மூவாயிரம் ரூபாயும், சிபாரிசும் தேவையாக இருந்ததே! தபால் ஆபீசில் கிளார்க்காக உத்தியோகம் பண்ணுவது அப்போது எத்தனை பெரிதாக இருந்தது. ஒரு மாதத்துக்கு பேஸிக், டி.ஏ. எல்லாம் சேர்த்து நூற்றைம்பது என்பது எவ்வளவு பெரிய தொகையாக இருந்தது. இப்போது ஒரு மணி நேரத்துக்கு ஆயிரம் ரூபாய் வருகிறது.

'எல்லாம் நம்ம சீதா அதிர்ஷ்டம்தான் மாப்பிள்ளை, என்ன சொல்றீங்க?'

பிஹைண்ட் எவ்ரி ஸக்ஸஸ்ஃபுல் மேன் தேர் இஸ் என் அக்ளி ஒய்ப்! இல்லை... சீதாவை அக்ளியில் சேர்க்க முடியாது. ஆனால், அழகு என்றும் சொல்ல முடியாது. கூட்டத்தில் கரைந்து போகக் கூடிய சாதாரணம். சில வேளைகளில் சில புடைவைகளில் பார்ப்பதற்குக் கொஞ்சம் கவர்ச்சிகரமாக இருப்பவள் போலத் தோன்றும். அந்த வகைப் புடைவையெல்லாம் அவளுக்குப் பிடிக்காது. பிடித்த கலர் பஞ்சு மிட்டாய்! தினம் கணவன் படத்தைத் தொட்டு வணங்கி விட்டுத் தூங்கச் செல்லும் இந்த நவீன நளாயினியிடம் எப்படி எப்போது சொல்லப் போகிறேன், நான் இரண்டாம் கல்யாணம் செய்யப் போகிறேன் என்று. இன்று நிச்சயம் சொல்லிவிட வேண்டும். எனக்கும் நேரமாகிறது. வயசாகிறது.

என்றாவது ஒரு நாள் சொல்லித்தானே ஆகவேண்டும்! இன் றைக்கு... 'சீதா...'

அவள் எழுந்து சட்டென்று கணவனைப் பார்த்துத் திடுக்கிட்டுப் போய், 'எழுந்திட்டிங்களா? மணி என்ன?' என்றாள்.

'ஆறுதான் ஆறது.'

'என்ன இன்னிக்கு இவ்வளவு சீக்கிரம் எழுந்திட்டீங்க?'

வாரிச் சுருட்டிக்கொண்டு கொஞ்சநஞ்சம் தெரிந்த மாரையும் மறைத்துக் கொண்டு ஏதோ ஒரு தெய்வத்தை மனசுக்குள் ஒரு சுலோகம் சொல்லிக் கூப்பிட்டு விட்டு, சட்டென்று விலகி உள்ளே சென்றாள்.

'சீதா! உங்கிட்ட பேசணும்!'

'முதல்ல காபி கடையைப் பார்க்கிறேன். சமையக்கார அம்மா இன்னிக்கு லீவு!'

'காபி இருக்கட்டும். அதைவிட முக்கியமா உன்கிட்ட பேசணும். இங்க வா!'

அது கேட்கவில்லை போல. உள்ளே பாத்திரங்களின் சப்தம் கேட்டது. நேராக சமையல் அறைக்குச் சென்றார்.

கேஸ் பற்றவைத்து வென்னீர் வைத்துக்கொண்டிருந்தாள்.

'என்ன இது? என்னிக்கும் இல்லாத திருநாளா சமையல் அறைக்குள்ள காலெடுத்து வெக்கறீங்க?'

'உங்கிட்டப் பேசணும்னேனே.'

'என்ன சொல்லுங்க...' அருகே பாத்ரூமுக்குப் போய் ஹீட்டரின் ஸ்விட்சைப் போட்டாள். அங்கிருந்தே புடைவையை உருவிக் கொண்டு துண்டு சகிதம் குளிக்க ஆயத்தப்பட்டாள்.

'அப்புறம் குளிக்கலாம். நான் சொல்றதைக் கேட்டுட்டுப் போ.'

'சொல்லுங்க' என்றாள் அங்கிருந்தே.

'இங்கே வான்னா...' குரலில் சற்று அதட்டல் இருந்திருக்க வேண்டும். எட்டிப் பார்த்தாள். தலை முடியை விடுவித்திருந் தாள்.

கெட்டில் சப்தமிட்டது. அதை எடுத்து வைக்கப் பிரயத்தனப் பட்டு கை சுட்டது. 'ஸ்!... ஆ...'

'பாத்தீங்களா? இதெல்லாம் எதுக்கு உங்களுக்கு? இல்லத்தரசி செய்ய வேண்டிய வேலை! பர்னால் போட்டுருங்க. கொப்பளிச் சிடும்.'

ஜெயன் தன் கையைப் பார்த்துக்கொண்டே, 'உங்கிட்டே என்ன சொல்ல வந்தேன்னா?' டெலிபோன் மணி அடித்தது. நேராக அதை நோக்கி நடந்தாள். கேட்டாள்.

'சுகுவா, நல்லாருக்கியா! நான் அனுப்பிச்ச பாட்டில் வந்ததா? நல்லா இருந்ததா? அப்பாவா! இருக்காரு, இருக்காரு! இதோ! உங்க மகள்! வாங்க சீக்கிரம்' என்று புன்னகையுடன் அவர் கையில் ரிஸீவரைத் துடைத்துக்கொடுத்தாள்.

'என்னம்மா சுகு! நான்தான் அப்பா பேசறேன்! நல்லாருக்கியா...' ஏகப்பட்ட டிரங்க் இரைச்சலின் நடுவில் அவர் மகள் குரல் உத்தமமாக ஒலித்தது.

'அப்பா! உங்ககிட்ட ஒரு சந்தோஷ செய்தியைச் சொல்லணும்.'

'என்னம்மா! சொல்லு!'

'ஸ்வீட் அனுப்புறிங்களா?'

'டெலிபோன்லயா? சொல்லும்மா!'

'நீங்க தாத்தாவாகப் போறீங்க.'

'அப்படியா! கங்கராஜுலேஷன்ஸ். ஐம் வெரி கிளாட்! எப்ப எதிர்பார்க்கறே?'

'நேத்திக்குத்தான் கன்ஃபார்ம் ஆச்சு. நாப்பது நாள்தான் ஆறது. யூரின் டெஸ்ட் எடுத்தாங்க. அப்பா, நான் எப்பப்பா வரது அங்க?'

'அதெல்லாம் உங்க அம்மாகிட்ட கேட்டுக்கம்மா.'

'அம்மாகிட்ட குடுங்க.'

'என்னடா?' அவள் கேட்கக் கேட்க, சீதாவின் முகம் இன்னம் மஞ்சள் ஏறினது போலத் தோன்றியது.

'அட கள்ளி! அதுக்குள்ளயா! அப்பாகிட்ட சொல்லிட்டியா? அப்படியே... நேத்திக்கு அதான் பாலமுருகன் கனவிலே வந்துச்சு. பாலமுருகன்னே பேர் வெச்சுரலாம்...'

சீதா எஸ்.டி.டி.யில் இஞ்சித் துவையல், மிளகு ரசம், பத்தியம் என்று முந்தா நாள்தான் கர்ப்பமாயிருக்கும் தன் மகளுக்கு இன்ஸ்ட்ரக்ஷன் தர, ஜெயன் மெல்ல தன் நாற்காலிக்கு வந்து உட்கார்ந்து தன் கையில் பட்ட தீப்புண்ணை யோசித்துக் கொண்டி

ருந்தார். டெலிபோனில் பம்பாய் மகளுடன் பத்து நிமிஷம் பேசிவிட்டு, அதை மனசில்லாமல் வைத்துவிட்டு, 'கேட்டீங்களா, பேரக் குழந்தை பிறக்கப் போவுது உங்களுக்கு. நீங்க தாத்தா ஆகப் போறீங்க... தாத்தா!' என்று கை கொட்டி அவரைப் பார்த்து திருஷ்டி கழித்தாள். ஜெயனுக்கு எரிச்சலாக வந்தது.

'மாங்கா ஊறுகா போடணும். புள்ளைப்பெத்தா மருந்து தயாரிக்கணும். நேத்திக்குக் கனாவில் தெரிஞ்சு போச்சுங்க. பாலமுருகன்!'

'கேட்டுக்கிட்டு இருந்தேன்.'

'உங்களுக்குச் சந்தோஷம் இல்லீங்களா?'

'சந்தோஷம்தான்' என்றார்.

'என்னவோ காலைல எழுந்ததும் சொல்லணும்னீங்களே என்னங்க?'

'ஒண்ணுமில்லை!' என்றார் ஜெயன்.

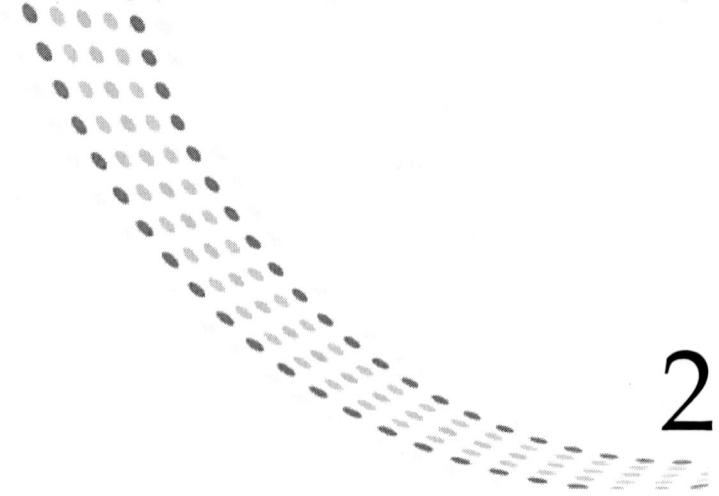

2

காரில் செய்தித்தாளைப் பார்த்துக்கொண்டிருந்தார். கையெழுத்து போடவேண்டிய ஃபைல்கள் சில, காகிதங்கள் சில இருந்தன. கருப்புக் கண்ணாடி ஜன்னல் வழியாக விரைந்து கொண்டிருந்த நகரத்தைப் பார்த்தார். நான் சொல்ல மாட்டேன்! சொல்லவே போவதில்லை. எப்படி இந்தச் சந்தர்ப்பத்தில் சொல்வது? தாத்தா! நாற்பத்து ஐந்து வயதில் தாத்தா! இருபத்து ஐந்தில் கல்யாணம் ஆன கையோடு முதல் குழந்தை. பெண், அவளுக்குப் பதினெட்டு வயதில் கல்யாணம். அவளும் தவறாமல் கர்ப்பம். கல்யாணத்தின் போதுதான் லேகாவைச் சந்தித்தார்.

'சார், உங்களைச் சந்திக்கிற சந்தர்ப்பத்தைப் பயன்படுத்திக் கிட்டு இப்படி நேர்முகத் தாக்குதல் செய்யறேன்னு நீங்க நினைக்கக் கூடாது. எனக்கு உங்க கம்பெனியில் ஒரு வேலை வேணும்.'

'என்ன செய்விங்க?'

'என்ன வேணும்னாலும்...' அந்தப் பதிலில் இருந்த மெலிதான விரசத்தை ரசித்து முடிப்பதற்குள்,

'டைப்பிங்க், ஷார்ட் ஹாண்ட், ஆபீஸ் ப்ரொசிஜர், கரஸ்பாண டன்ஸ் எல்லாம்' என்றாள்.

'எனக்கு ஏற்கெனவே ஒரு செக்ரட்டரி இருக்காளேம்மா.'

'அந்தம்மா ரிடையர் ஆறதாக் கேள்விப்பட்டேனே சார்!'

'சரி, என்னை வந்து நாளைக்குக் காலைல பார். சர்ட்டிபிகேட் எல்லாம் கொண்டு வா!'

தயக்கம்... தயங்கித் தயங்கி 12 மாதங்களை மென்று முழுங்கியாகி விட்டது. பொருள், புகழ் தேடலில் தப்ப வைத்த அத்தனை சந்தோஷங்களும் பாக்கி இருக்கின்றன. வா வா என்று மோகமேகம் கருப்பாக மழை பொழியக் காத்திருக்கிறது.

லேகாவைக் கண்டாலே அவருக்குள் ஒரு பரபரப்பு ஏற்படும். இதயம் துள்ளும். நடையிலும் பார்வையிலும் இளமை சேர்ந்து கொள்ளும். கண்ணாடிக்குப் பின் அதன் ஃப்ராஸ்ட்டட் தனத்தினால் அவள் ஒரு குழப்ப பிம்பமாகத் தெரிய, அவள் அசைவுகள் ஏதோ ஒரு மார்டன் ஆர்ட் சித்திரம் போல மாறி மாறி... இதை என்னவென்று சொல்வது? சதா ரத்தத்தோடு ஒட்டிப் போய்விட்ட அவள் ஞாபகத்தை என்னவென்று வர்ணிப்பது? காதல் என்றுதானே?

'கிழவனுக்கு திடீர்னு ஆசை வந்திருச்சு' என்று கொச்சைப் படுத்துவார்கள். இளமையின் பெரும் பகுதியை ஒரு கவர்ச்சி இல்லாத மனைவியிடமிருந்து உள்ளுக்குள் விலகிப் போகும் நோக்கத்துடனேயே கரன்ஸி துரத்தலில் விரயமாக்கி விட்டு, இப்போது கிடைத்த சந்தர்ப்பத்தை நழுவ விடுவதாவது!

லேகா எவ்வளவு பொருத்தமான பெண். ஆபீஸ் மனைவிதான். காலை அலுவலுக்குச் சென்றதும் எல்லா பென்சில்களையும் கூராக்கி, எல்லா பேனாக்களையும் மசி நிரப்பி, ஜன்னலருகே மலர்ச் சாடிகளில் புதிய மலர்கள் அமைத்து, ஜெயனின் இன்றைய என்கேஜ்மென்ட்களை அழகாக, வரிசையாக தெளிவாக நீளத் தாளில் எழுதி, அவருக்கு வரும் டெலிபோன்களை அடைகாத்து, எதைச் செய்தாலும் குறிப்பறிந்து செய்து, எது எனக்குப் பிடிக்கும் எது எனக்கு விருப்பமில்லை, எப்போது நான் மாத்திரை சாப்பிட வேண்டும், எப்போது எத்தனை சிகரெட் பிடிக்க வேண்டும். எந்தக் கூட்டத்தில் என்ன பேச வேண்டும் என்று தன் ஆபீஸ் வாழ்க்கையையே அஜண்டா போட்டு, தீர்மானமாக நடத்தும் போதை தரும் மேதை! ஒரு நாளும் அவர் முன் அசிங்கமாக உடுத்திக் கொண்டோ, உடம்பைக் காட்டிக் கொண்டோ இருந்ததில்லை. ஒரு நாளும் பார்வையில் படுக்கை தோன்றியதில்லை. தேவைக்கு அதிகமாக அறையில் தங்கியதில்லை. ஒரு நாள் லிஃப்ட் கேட்டதில்லை. அவளாக அவர் சொத்தை நாடி வந்தாள் என்று சொல்லவே முடியாது. ஜெயன்தான் அவளை நாடினார். நாசுக்காகத்தான்.

'லேக், என்னிக்காவது ஒரு நாள் கல்யாணம் பண்ணிக்கிட்டு போயிடுவே இல்லை!'

'அதானே சார் எல்லோரும் சம்பிரதாயமா பண்ற விஷயம்?'

'உங்கம்மா என்ன சொல்றாங்க?'

'எங்கம்மா, 'கல்யாணம் பண்ணிக்க. ஆனா வேலையை விட்டுடாதே! மெட்ராஸ்ல யாரையாவது பாத்துக் கல்யாணம் பண்ணிக்க'ங்கறாங்க.'

'ரொம்ப சென்ஸிபிள். யாரையாவது பாத்து வெச்சிருக்கியா?'

'இல்லை சார். யாராவது இருந்தாச் சொல்லுங்களேன்.'

'சமயம் வரும்போது சொல்றேன். ஆனா அவனைச் சந்திச்சு அந்த ஆளு உனக்குப் பிடிச்சிருக்கான்னு பார்க்க வேணாமா?'

'சந்திச்சா, பேசினா. அவன் எப்படிப் பட்டவன்னு தெரிஞ்சிருமா சார்?'

'கொஞ்ச நாள் பழகினாத் தெரியாதா?'

'எத்தனை நாள்?'

'ஒரு மூணு மாசம், நாலு மாசம்.'

'போதாது சார்.'

'பின்ன எத்தனை மாசம்?'

'எங்கக்கா புருஷன் மூணு வருஷத்துக்கு அப்புறம்தான் புத்தியைக் காண்பிக்க ஆரம்பிச்சான்.'

முதல் தடவையாகச் சொந்த விஷயத்தைப் பேசுகிறாள். அப்போதுதான் அந்த முதல் இஷ்டம் தென்பட்டது.

'எனக்கென்னவோ கல்யாணம்கிறது ஒருவித அண்டர்ஸ்டான்டிங் தான்னு தோணுது சார். ஒருவருக்கொருவர் புரிஞ்சுண்டவங்க யாரும் யாரையும் கல்யாணம் செய்துக்கலாம். புரிஞ்சுக்கிறதுக்குத்தான் வருஷக் கணக்கில் ஆகும்' என்றாள்.

அதன்பின் கொஞ்சம் கொஞ்சமாக அவர்கள் நெருக்கம் அதிகமாகி, அதில் ஏதும் விரசமில்லாமல் மிக இயல்பாக வளர்ந்தது. இப்போதுகூட ஆபீஸில் அவர்கள் இருவருக்கும் உள்ள பிரத்யேக உறவு யாருக்கும் தெரியாது. எந்த ஒரு கணத்திலும் யார்

முன்னேயும் அவர்கள் அசிங்கமாக நடந்து கொண்டதில்லை. ஒருவரை ஒருவர் பார்த்து நமுட்டுச் சிரிப்பு இல்லை. இருட்டினதும் இருவரையும் யாரும் தனியாகப் பார்த்ததில்லை. எல்லாம் ஆபீஸுக்குள் அந்த எட்டு மணி நேர எல்லைக்குள் தான். அதுவும் அவ்வப்போது தற்செயலாக ஏற்படும் உரை யாடல்கள் மூலம்தான்.

'லேகா கொஞ்சம் வரியா?'

லேகா கையில் ஷார்ட் ஹாண்ட் நோட் புத்தகம் சகிதம் வர,

'கிங் அண்ட் பெர்ரிக்கு ஒரு லெட்டர் எடுத்துக்க. டியர்...' கொஞ்ச நேரம் தயங்கி விட்டு, 'நான் ஏன் லெட்டர் டிக்டேட் பண்ணனும். சம்பிரதாயமான பதிலை நீயே டிராப்ட் போட்டுக் கொண்டு வந்துரேன், பாத்து சைன் பண்ணிர்றேன்.'

'இல்லை சார். நீங்க டிக்டேட் பண்ணுங்க.'

'ஏன்?'

'இன்னும் கொஞ்ச நேரம் உங்ககூட இந்த அறையில இருக்க சந் தர்ப்பம். உங்க புருவம் சுருங்கறதையும் நீங்க யோசிக்கறதையும் பார்க்கறதுக்குச் சந்தர்ப்பம்!'

'கிழவனைக் கிண்டல் பண்ற இல்லை!'

'இன்னும் ஒரு தடவை அப்படிச் சொல்லாதீங்க. உங்ககிட்ட இருக்கற வசீகரம் உங்களுக்குத் தெரியாது. வயசெல்லாம் மனசில்தான் இருக்கு!'

அவருக்கு எதிரே உட்கார்ந்துகொண்டு அவள் பேசும் பாணியே அலாதி. சட்டென்று யாராவது ரூமுக்குள் நுழைந்தால் இருவரும் அந்தரங்கமாகப் பேசிக்கொண்டிருக்கிறார்கள் என்பது புல னாகாது. எப்போதும் ஷார்ட் ஹாண்ட் புத்தகத்தைப் பார்த்துக் கொண்டு அவர் கொடுத்த டிக்டேஷனைத் திருப்பிப் படிப்பவள் போலத்தான் பேசுவாள். அவரை ஏறிட்டுப் பார்க்கவே மாட்டாள். இந்தச் செயலில் இருந்த மெலிதான சதியே அவருக்கு உள்ளத் துடிப்பை ஏற்படுத்தப் போதுமானதாக இருந்தது.

'இதப் பாரு! எனக்குக் கல்யாணம் ஆகி, என் பெண்ணுக்கு கல்யாணம் ஆகி, பேரன் பேத்தி எடுக்கற ஸ்டேஜ் வந்தாச்சு நானு!'

‘அதுக்குக் காரணம் நீங்க சீக்கிரம் கல்யாணம் செஞ்சுகிட்டது தான் சார். இப்ப அட்மின் மேனேஜர் சேஷாத்திரியை எடுத்துக் கங்க. அவருக்கு உங்களைவிட வயசு அதிகம். கல்யாணம் இனிமேத்தான் செஞ்சுக்கப் போறார். எப்படி பளபளப்பா இருக் கார் பாருங்க. அவரைப் பார்த்தா யாராவது நாப்பத்தஞ்சு வயசுன்னு சொல்வாங்களா?’

‘என் வயசு என்ன?’

‘நாப்பத்து நாலுதான் ரன்னிங். உங்க டேட் ஆஃப் பர்த் தெரியும் சார். கையெழுத்து போடாம உங்க பிறந்த தினத்தின்போது ஒரு கார்டு வந்துச்சே, அது யாரு?’

‘நீயா?’

‘ஆமா!’

‘எதுக்காக எம்மேலே இவ்வளவு பரிவு காட்டறே?’

‘சொல்றேன் சார், சமயம் வரும்போது!’

சொல்லி விட்டாள். ஒரு சாயங்காலம் வீட்டுக்குக் கிளம்பும் சமயம், அவளே அந்த விஷயத்தை முதலில் குறிப்பிட்டாள்.

‘கொஞ்சம் நாள் முன்னே நீங்க கல்யாணத்தைப் பற்றி கேட்டிங் களே, ஞாபகம் இருக்கா?’ பெட்டியில் அவர் ராத்திரி பார்க்க வேண்டிய ஃபைல்களை அடுக்கிக் கொண்டே சொன்னாள்.

‘ஆமா.’

‘நான் ஒரு விஷயம் தீர்மானிச்சுட்டேன் சார்.’

‘என்ன?’

‘உங்களுக்குச் சம்மதமாயிருந்தா உங்களை நான் கல்யாணம் செய்துக்கத் தயார்.’

இந்த வாக்கியத்தின் நேர்முகத் தாக்குதலை அவரால் உடனே சமாளிக்க முடியவில்லை.

‘என்ன சொல்றே லேகா!’

‘என்னைப் பொருத்தவரையிலும் நான் தயார்தான்னு சொல்றேன். இதைப் பத்தி உங்க கருத்து வேறமாதிரி இருக்கலாம். உங்க கல்ச்சர்,

நீங்க எவ்வளவு தூரம் சமூகத்துக்குப் பயப்படறீங்க, எல்லாத்தையும் பொருத்து உங்க பதில் அமையும். அதுவும் எனக்குத் தெரியும். நான் சொன்னது ஒரு அபிப்ராயம் தான். விருப்பம் அல்ல. அதனால நீங்க என்னைக் கட்டாயமா கல்யாணம் செய்துகொள்ளத்தான் வேணும்னு நான் உங்களை ஃபோர்ஸ் பண்றதா நீங்க நினைச்சுக்கக் கூடாது. நம்ம சொஸைட்டி இந்த மாதிரி விஷயங்களை அனுமதிக் கிறதில்லை. அதுவும் எனக்குத் தெரியும். நான் உங்க மனைவியைச் சந்தித்ததில்லை. அவங்க இதை எப்படி எடுத்துப்பாங்கன்னு எனக்குத் தெரியாது. இதனால் உங்க குடும்பத்தில் விளையப் போற பிரச்னைகளைப் பத்தியும் எனக்குத் தெரியாது. நான் சொன்ன தெல்லாம் ஒரு சுயநலமில்லை, சுயவிருப்பக் கோணத்தில் என் மனசில தென்பட்ட ஒரு ஆசையைத்தான். நான் பல கல்யாணங் களைப் பார்த்துட்டேன்.

‘எங்கக்காவுக்குப் பொருத்தம் எல்லாம் பாத்து செஞ்ச கல்யாணம் எப்படி சீரழிஞ்சதுன்னு பாத்திருக்கேன். என் சினேகிதிங்க கல்யாணம் செஞ்சுகிட்டவங்க யாரும் சுகமா இல்லை. சக வயசு அல்லது வயது வித்தியாசம் அதிகம் இல்லாததினால் இரண்டு பேருக்கும் ஒரு விதமான ஈகோ கிளாஷ் வரும். அதைச் சமாளிக்க முடியாம இரண்டு பேரும் மிஸரபிளாக இருக்காங்க. அல்லது சட்டுனு பிள்ளை பெத்துட்டு உடம்பைக் கெடுத்துக்கிட்டு பாழாப் போறாங்க. ஒரு கேஸ்ல டைவோர் ஸூம் ஆயிருச்சு. என் சிஸ்டர் கேஸ்ல டெஸர்ஷன்! ரெண்டு குழந்தைகளை வெச்சிக்கிட்டு டீச்சர் வேலை கேட்டுக்கிட்டு அல்லாடறா. அவ செஞ்ச தப்பை நான் செய்ய விரும்பவில்லை. ரொம்ப யோசிச்சுப் பார்த்ததில் உங்களுக்கும் எனக்கும் இருக்கிற வயசு வித்தியாசம்தான் ஒரு கல்யாணத் துக்குப் பொருத்தமானதுன்னு முடிவுக்கு வந்துட்டேன். இதுக்கு நீங்க உடனே பதில் சொல்லத் தேவையில்லை. யோசிச்சு எல்லாக் கோணங்களையும் ஆராய்ந்து மெதுவா சொல்லுங்க, போதும். நான் இனிமே இது விஷயமா உங்களைத் தொந்தரவு பண்ண மாட்டேன். உங்க கிட்ட இருந்து பதில் வர வரைக்கும் காத்திருக்கேன். நீங்க வேண்டாம்னாலும் நான் வருத்தப்படப் போவதில்லை. அதனால் எனக்கு உங்க மேல உள்ள மதிப்பு மரியாதை ஏதும் கம்மியாகாது.’

ஒரு கணம்கூட அவரை நேராகப் பார்க்காமல் பேசினவள், ஒரே ஒரு முறை அவரைப் பார்த்து அகலக் கண்களால் சுருக்கென்று சிரித்தாள். எத்தனை நாள் யோசித்தார்? எத்தனை தினுசாக யோசித்தார்.

தினம் தினம், மணிக்கு மணி, அதன் வெவ்வேறு சாத்தியங்களை யோசித்தார். ஜெயன் சமூகத்தில் மரியாதைப்பட்டவர். பெரிய நிறுவனத்தின் தலைவர். ஒரு பெண்ணுக்குத் தந்தை. பெரிய மனிதர். இவரைத் தெரியும். அவரைத் தெரியும். பற்பல சமூக சேவைகளுக்கு உதவி செய்பவர். பரோபகாரி, தயாளன் என்று எத்தனை சுவர்கள் போட்டு அவர் தன்னிச்சையாகச் செய்ய விரும்புவதைத் தடுத்து வைத்திருக்கிறார்கள்.

என்னது? ஜெயனா இப்படிச் செய்தார்? அதுவும் பட்டு மாதிரி பெண்டாட்டியை வெச்சுக்கிட்டு! ஜெயனா? ஜெயனா? என்று எத்தனை மூலைகளிலிருந்து கேள்விகள் வரப்போகின்றன! எல்லாவற்றையும் சமாளிக்கவேண்டும். திடீரென்று எல்லோரும் தன்னை ஒரு துரோகியைப் போல் பார்ப்பார்கள். அதற்கும் தயாராக இருக்கவேண்டும். பெற்ற பெண் தூற்றுவாள். அதற்கும் தயாராக இருக்கவேண்டும்.

எல்லாவற்றையும் சமாளிக்கலாம். ஆனால், சீதா? இதுவரை தன் நடத்தையில் எதுவும் குறை வைக்காது, இருக்கிற பத்தினித் தெய்வங்களுக்கெல்லாம் வாரிசாக வீட்டில் இருந்து, குத்து விளக்கின் ஜோதி போல் ஜொலித்துக் கொண்டிருக்கிறாளே! அவளுக்கு எப்படி, என்ன காரணம் காட்டுவது? 'எதுக்காகங்க' என்று ஒரு வார்த்தை கேட்பாள். என்ன பதில்? 'உங்களுக்கு என்ன குறை வெச்சேன்?'

என்ன குறை? ஏதோ குறை. சொல்லத் தெரியவில்லையே? தீராத தாகமா? எதையாவது புதுசாகக் கேட்கும் ரத்த சகவாசமா?

சீதாவைக் கேட்கும் தைரியம் இன்றி, அவர் நாட்களை மெல்ல மெல்ல நழுவ விட்டுக்கொண்டிருந்தார். இந்த நாட்களில் லேகாவைப் பார்க்கப் பார்க்க இன்பம், அவள் மேல் விருப்பம் தான் அதிகமாகிக் கொண்டிருக்கிறது. இன்று கேட்டே ஆக வேண்டும் என்று தீர்மானித்தவருக்கு, பம்பாயில் இருந்து 'நீ கிழவன்! தாத்தா!' என்கிற செய்தி வந்து அத்தனை தைரியத்தையும் அடித்துக்கொண்டு போய்விட்டது.

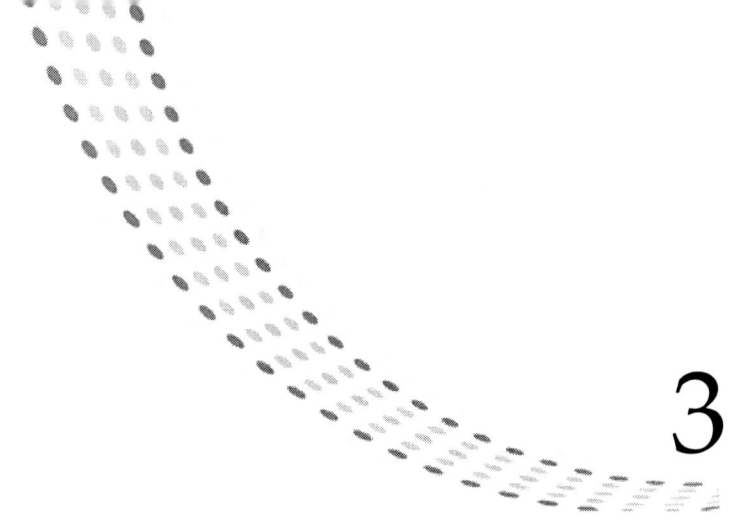

3

ஆபீஸில் அவருக்கென்று பிரத்தியேக லிஃப்ட். அவர் மௌனமாகச் செல்ல எதிரே தூய்மையான வெள்ளை உடை அணிந்த லிஃப்ட் சேவகன் மரியாதையுடன் அந்தக் கூண்டில் எவ்வளவு ஓரமாக ஒதுங்கவேண்டுமோ ஒதுங்கியிருக்க, இவனுக்குச் செய்தி தெரிந்தால் என்ன நினைப்பான். பய பக்தியில் ஒரு இம்மியாவது குறையும் அல்லவா? ஆபீஸ் அறைக்குள் நுழையும்போதே சட்டென்று தீர்மானித்தார்.

உள்ளே மலர்களின் மாற்றத்திலும் ஜன்னல் திரைகள் விலக்கப் பட்டிருப்பதிலும் லேகா வந்துவிட்டாள் என்பது தெரிந்தது.

'லேகா' என்று இண்டர்காமில் கூப்பிட்டார்.

பென்சிலும் நோட்டுப் புத்தகமுமாக வந்தாள். மெல்லிய புடைவையாக இருந்தாலும் அவள் உடம்பில் பரவியிருக்கும் போது எந்த விதத்திலும் தரக் குறைவாக இல்லை. கச்சிதமான மார்பு. கழுத்தில் நகைகளே கிடையாது. ஒரு முறை எவர்சில்வர் சங்கிலியைப் பார்த்திருக்கிறார். கரங்களை நிறையப் பார்த்தி ருக்கிறார். அவளை அதிகம் நிமிர்ந்து முகத்தைப் பார்த்ததில்லை. இப்போது நிதானமாகப் பார்த்தார்.

'என்ன சார்!'

'உன்னை இன்னைக்குத்தான் முழுசாப் பார்க்கிறேன். இது வரைக்கும் உன் கையையேதான் அதிகமாப் பார்த்துக்கிட்டு இருந்திருக்கேன். லேகா, நான் தீர்மானிச்சுட்டேன். உன்னைக்

கல்யாணம் செய்துக்க எனக்குச் சம்மதம். என்ன எதிர்ப்பு வந்தாலும் உன்னை நான் ஏத்துக்கறேன்.'

அவள் அவரை நேராகப் பார்க்காமல், 'உங்க மனைவிகிட்ட சொல்லிட்டீங்களா?' என்றாள்.

'இல்லை. இன்னிக்குச் சொல்லலாம்னு இருந்தேன். அதுக்குள்ள பம்பாயில் இருந்து டிரங்க்கால் வந்துடுச்சு. சந்தர்ப்பம் சரியில்லாம போயிருச்சு.'

'மனைவிகிட்ட சொல்லி, அவங்க என்ன சொல்றாங்கன்னு தெரியணும் எனக்கு.'

'லேகா, எனக்கு அதுக்கு அவசியமில்லைன்னு தோணுது. கல்யாணம் செய்துக்கப் போறது நான்.'

'இல்லை சார். அவங்ககிட்ட சொல்லவேண்டியது அவசியம், நியாயம்னு எனக்குத் தோணுது.'

'சொன்னா ஒப்புக்க மாட்டா.'

'அப்ப வேண்டாம்! நாம ரெண்டு பேரும் கல்யாணம் பண்ணிக் கணும்னு கட்டாயம் இல்லை சார்.'

'அப்பன்னா ரெண்டு பேரும் கல்யாணம் பண்ணிக்காமயே...'

'சேச்சே, நான் அந்த அர்த்தத்தில் சொல்லலை... என்னைத் தப்பா எண்ணிட்டீங்க. நான் அப்படிப்பட்ட பெண்ணில்லை சார்.'

அவள் முகம் சிவந்திருந்ததைப் பார்த்து, 'ஸாரி லேகா, தெரியாம அப்படிக் கேட்டுட்டேன்.'

'பரவால்லை. நான் சொன்ன விதம் தப்பாக இருக்கலாம் சார். எனக்கு வேண்டியது கௌரவமான வாழ்க்கைதான். எல்லாரும் அறியத்தான் உங்களை நான் கல்யாணம் செய்ய விரும்பறேன். உங்க மனைவியை எனக்குத் தெரியாது. அவங்களைப் பற்றி எனக்குக் குற்ற உணர்ச்சி கூடாது. அவங்க இந்தக் கல்யாணத்தை ஏத்துக்கணும். அது முக்கியம்.'

'எந்த மனைவியாவது நேரா ஏத்துப்பாளா?'

'நீங்கள் சொல்ற விதத்தில் இருக்கு சார். நம்ம கல்யாணம் ஆன பிற்பாடும் நான் உங்களை அவங்ககிட்ட இருந்து பிரிக்கமாட்

டேன். அவங்களை ஒதுக்கித் தள்ளிர விரும்பலை. நீங்களும் அப்படிச் செய்யக் கூடாது. அது முக்கியம்.'

'என் மனைவியை உனக்குத் தெரியாது. நீ சொல்றதெல்லாம் நடக்காது.'

'நான் உங்களைக் கல்யாணம் செய்துக்கறதா இருந்தா, உங்க மனைவியை அதுக்கு முந்தி சந்திக்கக்கூட விரும்பறேன்.'

'ப்ச்! என்ன சொல்றே?' மௌனம்.

'உன் லாஜிக்கே புரியலை.'

'கொஞ்சம் யோசிச்சுப் பாத்திங்கன்னா இந்தக் கல்யாணம் நடக்கறதுக்கு இது ஒண்ணுதான் நேரான தொந்தரவில்லாத வழின்னு உங்களுக்குப் புலப்படும். உங்க மனைவிகிட்ட நீங்க பேசற விதத்தில் பேசி விஷயத்தைச் சொல்லியே ஆகணும். அவங்க சம்மதம் இல்லாவிட்டாலும்கூட, விரோதம் இல்லாம ஆரம்பிக்கிறது நான் உங்க குடும்பத்துக்குள் பிரவேசிக்கிறதுக்கு முந்தி முக்கியமான ஒண்ணு. அவசரமே இல்லை. நான் இன்னும் ஆறு மாசம், ஒரு வருஷம்கூடக் காத்திருக்கேன். உங்க கிட்டேருந்து தீர்மானமான பதில் வரவரைக்கும்.'

'நீ காத்திருக்கலாம் லேகா. நான் காத்திருக்க முடியாதே! எனக்கு வயசாகிக்கிட்டு இருக்கே.'

'உங்க வயசு எனக்கு முக்கியமில்லிங்க. கம்பேனியன்ஷிப்தான். மெல்ல நிதானமாகவே கேட்டுச் சொல்லுங்க. பிகாமிங்கிறது குற்றம், தெரியுமில்லை? முதல் மனைவி அதுக்காக கேஸ் போடவும் முடியும்.'

'அதெல்லாம் என் மனைவி செய்ய மாட்டா லேகா.'

'அது வேறு விஷயம். நாம ரெண்டு பேரும் கல்யாணம் செய்துக் கறதா இருந்தா, பிற்பாடு அதிகம் குழப்பம், மன வருத்தம் எதுவும் கூடாது பாருங்க.'

'நீ என்னதான் சொல்றே!'

'சீக்கிரம் உங்க மனைவியைக் கேட்டுருங்க. இல்லைன்னா வேற ஏதாவது விபரீதமான எண்ணங்கள்ளாம் தோண ஆரம்பிச்சுரும்!'

அதன் பிறகு அவள் அதைப் பற்றிப் பேசவே இல்லை. மத்தி யானம் இடைவேளையின்போது எப்போதும் அவர் பக்கத்தில் உள்ள ரெஸ்டாரண்டுக்குச் சென்று ஏஸி அறையில் பிரத்யேக மாக 'மினி மீல்ஸ்' சாப்பிடுவார். அதுதான் அவருக்குச் சரிப்பட்டு வரும்.

பிஸினஸ் சம்பந்தப்பட்டவர்கள் சிலரைச் சந்திக்கும் சந்தர்ப்பம் உண்டு. அவர்களுடன் மேலிடத்துக்கு உரித்தான பிரத்தியேக விஷயங்கள் பலவற்றைப் பகிர்ந்துகொள்ளலாம். இன்று ஜெய னுக்கு எதிலும் நாட்டமில்லை. பசியும் இல்லை. காபி மட்டும் சாப்பிட்டுவிட்டு சீக்கிரமாகவே ஆபீஸுக்கு வந்து விட்டார்.

எப்படியும் இன்று மாலைக்குள் கேட்டுவிட வேண்டும், கேட் பது என்ன கேட்பது... சொல்லிவிட வேண்டும்! சீதா, நான் இன்னொரு கல்யாணம் செய்துகொள்ளப் போகிறேன்! அவ்வளவுதான்! ரொம்ப சிம்பிளாக முடிக்க வேண்டிய காரியம் இது. லேகா சொல்வதிலும் நியாயம் இருக்கிறது. ஆரம்பத்திலேயே இந்தத் தொந்தரவுகளை எல்லாம் முடித்துக் கொண்டுவிட்டால் பிற் காலத்தில் நல்லது...

லிஃப்ட் சப்தமில்லாமல் அவரை மாடியின் பிரத்தியேக அறைக்குள் கொண்டுவிட, தன் மேஜைக்குச் செல்லுமுன் ஆபீஸ் அறையுடன் இணைந்திருந்த பாத்ரூமுக்குச் சென்றார்.

நவீன முறையில் அமைந்த பெரிய பாத்ரூம் அது. அதில் அவர் எப்போதாவது உபயோகிக்க ஷவரும் இருந்தது. ஷவர் இயங்கிக் கொண்டிருந்தது. கூடவே ஒரு பாட்டும் கேட்டுக் கொண்டிருந்தது. லேகாவின் குரல்தான். லஞ்சில் இருந்து இவ்வளவு சீக்கிரம் வர மாட்டார் என்கிற எதிர்பார்ப்பில் அவள்... காலை குளிக்க மறந்து விட்டாள் போலும், இப்போது குளித்துக் கொண்டிருந்தாள்.

பேசாமல் விலகிவிட நினைத்தவர், நின்றார். ஷவர் கர்ட்ட னுக்குக் கீழே அவள் கால்கள் தெரிந்தன. பிளாஸ்டிக் கர்ட்டன். அதில் அவள் நிர்வாண நிழல் கோடி காட்டியது. கர்ட்டனுக்குச் சின்னதாக ஒரு பிரிவு இருந்தது. அவ்வப்போது தண்ணீர் பட்டு விலகும்போது கொஞ்சம் கால், கொஞ்சம் முதுகு, கொஞ்சம் இடுப்பு என்று தெரிந்தது.

ஜெயனுக்கு ரத்தத்தில் கொஞ்சம் உஷ்ணம் ஏறிக்கொள்ள மெல்ல சப்தமிடாமல் ஷவரை நெருங்கினார். அவர் அவளை ஏதும்

செய்யப் போவதில்லை. சும்மா பார்க்க விரும்பினார். அவ்வளவு தான். அதுவே அவருக்கு இப்போது மகத்தான சந்தர்ப்பமாகத் தோன்றியது. சப்தமிட்டிருந்தாலும் பிளாஸ்டிக் கர்ட்டன் மேல் விழும் நீர்த் துளிகளின் படபடப்பில் அவளுக்குக் கேட்டிருக்காது. இருந்தும் அவர் ஜாக்கிரதையாகத் தான் முன் சென்றார். அந்த லேசான வாசல் அவ்வப்போது பிரிந்து அவரை வா என்றது. நாசூக்காக ஒரே ஒரு விரற்கடை விலக்கி உள்ளே பார்த்தார்.

பக்கவாட்டில் தெரிந்தாள். ஒரு சின்னப் பையன்போலத்தான் இருந்தது அவள் உடல் அமைப்பு. மாடல் கேர்ள்ஸ்தான் இப்படி ஒடிசலாக இருப்பார்கள். கழுத்தை ஆகாசத்தில் தூக்கி வைத்துக் கொண்டு கண்களில் வென்னீர் ஷவர் வாங்கிக் கொண்டு நிதானமாகக் குளித்துக்கொண்டிருந்தாள். அவள் மார்பிலிருந்து மெல்ல நீர்த் துளிகள் கொட்டின.

அவள் இவர் பக்கம் திரும்பி விடுவாள்போல இருந்ததால் சட்டென்று விலகிக்கொண்டு விட்டார். சப்தமின்றித் தன் இருக்கைக்குத் திரும்பி விட்டார். அவர் உடல் முழுவதும் மின்சாரம் பரவியிருந்தது. சட்டென்று ஒரு கிளாஸ் தண்ணீர் அருந்திக் கொண்டு தன்னைக் கட்டுப்படுத்திக் கொண்டார். அவள் உடலில் தெரிந்த இளமையும் மேலுயர்ந்த மார்பும் வயிறும் இடுப்பும் மீண்டும் மீண்டும் அவர் மனத்தில் மிதந்தன. இதோ இந்த உடம்பு எனக்காகக் காத்திருக்கிறது. எதற்காகத் தயங்குகிறேன்! எதற்காக மென்று முழுங்குகிறேன்! இவளைக் கல்யாணம் செய்துகொள்ளப் போவது இப்போது பிரச்னை இல்லை. எப்போது என்பதுதான் பிரச்னை. சீதாவிடம் சொல்லி விட்டு, அவள் ஒப்புக்கொண்டாளானால் சரி. இல்லையேல்?

ஒப்புக்கொண்டுதான் ஆகவேண்டும். ஒப்புக்கொள்ள வைக்க வேண்டும். புதுசாக உடுத்துக்கொண்டு தன் காதருகில் ததும்பிய நீர்த் துளியை உதறிக் கொண்டு வெளிப்பட்டாள்.

ஜெயனைப் பார்த்ததும் திடுக்கிட்டாள். ‘என்ன! அதுக்குள்ளேயே வந்துட்டிங்களா சார்? லஞ்ச் சாப்பிடலையா?’

‘இல்லை, இப்பதான் வந்தேன்.’

‘ஸாரி சார். உங்க பாத்ரூமை உங்களைக் கேட்காம உபயோகப் படுத்திட்டேன்!’

‘அதனால என்ன, பரவாயில்லை!’

'காலைல குளிக்கலை. குளிக்கலைன்னா எனக்கு நாள் பூரா ஒரு மாதிரி ஆயிடுது. ஐ ஃபீல் டர்ட்டி. உங்க அனுமதி இல்லாமல் உங்களைக் கேக்காம இங்க நுழைஞ்சதுக்கு...'

'பரவால்லைன்னு சொன்னேன். ஏன் இதைப் பெரிசு பண்றே! எல்லாமே உனக்குத் தானே இனிமேல! நான் தீர்மானிச்சுட்டேன் லேகா. இட்ஸ் ஒன்லி எ கொஸ்டின் ஆஃப் டைம்!'

'நான் காத்திருக்கேன் சார்!'

'இன்னிக்குச் சாயங்காலம் என்ன எங்கேஜ்மெண்ட் இருக்கு?'

'ஒரு பார்ட்டி இருக்கு.'

'அய்யோ! லெட் மி ஸ்கிப் இட். போன் பண்ணிச் சொல்லிடு.'

'இந்த பார்ட்டிக்கு நீங்க போயாகணும். ஏன்னா நம்ம முக்கிய மான கஸ்டமர் கொடுக்கிறது. ராத்திரி எட்டரைக்குத் தான். நீங்க வேணா வீட்டுக்குப் போய் ரெஸ்ட் எடுத்துண்டுரலாம்.'

'வீட்டுக்குப் போகத்தான் போறேன். ஆனா ரெஸ்ட் எடுத்துக்க இல்லை. அவளை இன்னைக்குக் கேட்டுரப் போறேன்.'

'பெஸ்ட் ஆஃப் லக்' என்று அவரைப் பார்த்து லேசாகச் சிரித்தாள்.

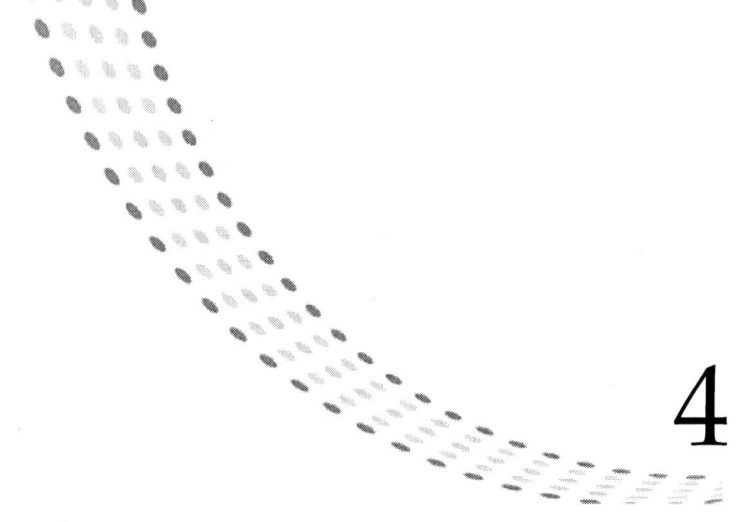

4

வீட்டுக்குச் சென்றபோது சீதா ஹாலில் உட்கார்ந்துகொண்டு இரைந்து படித்துக்கொண்டிருந்தாள். 'என்ன சீக்கிரம் வந்துட்டீங்க? சுகு மறுபடி போன் பண்ணிருந்துச்சு. 'இப்பவே ஊருக்கு வந்துடலாமா?'ன்னு கேட்டுது. நான்தான், 'வேண்டாம். இவ்வளவு சீக்கிரம் வரக்கூடாது. ஆறாம் ஏழாம் மாதம் இருந்தாப் போதும். நாள் பார்த்துச் சொல்றேன்'னு சொன்னேன். முதல் பிரசவம் பாருங்க. இப்பவே கவலைப்பட ஆரம்பிச்சுடுச்சு. மாப்பிள்ளையும் பேசினார். 'உங்களுக்கு வேணுமின்னா கூட்டிட்டுப் போங்க'ன்னார்!'

'சீதா, கொஞ்சம் ரூமுக்கு வாயேன். உங்கிட்ட காலைல சொல்ல வந்ததைச் சொல்லணும்.'

'செத்த இருங்க. அத்தியாயத்தை முடிச்சிட்டு வந்துர்ரேன்!'

அவள் இரைந்து படித்தாள். 'சீதாப் பிராட்டியவள் தூய வஸ்திரம் அணிந்து தன் கணவனை ஸ்மரித்து தீ வலம் வந்து தன்னைப் பிறப்பித்த பூமா தேவியை மனத்தில் ஸ்மரித்து அக்கினிப் பரீட்சைக்குத் தயாரானாள்.'

புத்தக்தை மூடி, விட்ட இடத்தில் அடையாளம் வைக்கும்வரை கையைக் கட்டிக்கொண்டு காத்திருந்தார். 'ஆச்சா? மேல வரியா.'

'டீ வேண்டாங்களா?'

'வேண்டாம். இப்ப முக்கியம் டீ இல்லை!'

பெட்ரூமில் போய் ஏராளமான கட்டிலில் உட்கார, அவள் அவர் காலடியில் கார்ப்பெட்டில் உட்கார்ந்தாள். 'என்னங்க? உடம்புக்கு ஏதாவது...?'

'இல்லை சீதா, நான் இப்ப சொல்லப்போறது நம்ம ரெண்டு பேர் வாழ்க்கைலயும் முக்கியமான ஒரு விஷயம். நிதானமா கேளு. எதுத்துப் பேசாம கேளு. சீதா உனக்கும் எனக்கும் கல்யாணம் ஆகி இருபது வருஷம் ஆயிருச்சு!'

'இந்தத் தைக்கு இருபத்தி ஒண்ணுங்க' என்றாள் உற்சாகத்துடன்.

'இத்தனை நாளா நானும் நீயும் சண்டை போடாம அதிகம் சச்சரவு இல்லாம ஒண்ணு ரெண்டு பொறந்து இறந்துட்டாலும் மூத்தது மட்டும் தங்கிப் போச்சு. அதை நல்லா வளத்து ஆளாக்கி கல்யாணம் கட்டிக் கொடுத்து...'

'தாத்தா பாட்டியாக்கூட ஆயிட்டோம். உங்ககிட்ட எனக்கு ஒரு குறையும் இல்லைங்க. உங்க மாதிரி கணவனைப் பெற நான் பூர்வ ஜன்மத்தில் எத்தனையோ பாக்கியம் செஞ்சிருக்கணும்!'

'நான் சொல்றதை முழுக்கக் கேளு சீதா. நான் என் வாழ்க்கைல ரொம்ப இளமைல கல்யாணம் செய்துகிட்டேன். அதை எப்படிச் சொல்றது? உன்னை ஒரு மனைவியாப் பயன்படுத்த பூரா வாய்ப்பும் ஏற்படறதுக்குள்ள உன்னை ஒரு தாயாக்கி விட்டேன். பிரசவம், பிள்ளை வளர்க்கறது எல்லாத்திலேயும் நீ மூழ்கிட்டே. நான் பணத்தைத் தேடறதில மூழ்கிட்டேன். மத்த சுகங்களை அறிஞ்சுக்கறதுக்கு அவகாசம் இல்லாமப் போயிட்டது!'

'இதைவிட மத்த சுகம் என்னங்க இருக்கப்போறது?'

'இருக்கு சீதா! நமக்குத் தெரியலியே தவிர, இருக்கு!'

'எனக்கென்னவோ உங்க காலடியில இந்த மாதிரி உட்கார்ந்து கிட்டு நீங்க சொல்றதை, புரியுதோ புரியலியோ, கேட்டுக்கிட்டு இருக்கிறதுதாங்க பெரிய சுகமாத் தெரியுது.'

'அய்யோ! இந்தப் பத்தினி பாத்திரத்தை ஏத்துக்கிட்டு என் வேலையை ரொம்பக் கடுமையாக்கறே.'

'என்ன வேணா சொல்லுங்க. நான் நீங்க சொல்றபடி நடக்கத் தயாருங்க.'

'சீதா! நான் இன்னொரு கல்யாணம் பண்ணிக்கலாம்னு தீர்மானிச் சிருக்கேன்.' அவளை நேராகப் பார்க்க தைரியமின்றி எதிரே ஜன்னலைப் பார்த்துக்கொண்டே பேசினார். முதலில் அவ ளுக்குப் புரியவில்லை போலத்தான் தோன்றியது. அவள் முகத் தில் எந்தவிதச் சலனமும் இல்லை.

'என்ன சொன்னீங்க? சரியாச் சொல்லுங்க.'

'காது கேக்கலையா? நான் இன்னொரு கல்யாணம் செய்துக்கப் போறேன்.'

'இந்த வயசிலயா?'

அவள் முகம் சட்டென்று வயசாகி விட்டாற் போல மாறி, உதடு கள் துடிக்க, புருவங்கள் சுருங்க, 'மை காட்! திஸ் இஸ் நாட் கோயிங் டு பி ஈஸி!'

'இதுக்கு வயசில்லை சீதா! மனசுதான்.'

'அப்ப நானு?'

'நீயும்தான் மனைவி!'

'ரெண்டு பேரா? எப்படிங்க?'

'எப்படின்னா அப்படித்தான்!'

'எதுக்குங்க?'

'என்னுடைய சந்தோஷத்துக்கு...'

'இப்ப நீங்க சந்தோஷமா இல்லை?'

'இல்லைதான்!'

'இதை நீங்க எங்கிட்டச் சொல்லவே இல்லையே. முருகா, என்ன சோதனை இது?'

'முருகனுக்குக் கூடத்தான் ரெண்டு சம்சாரம்!'

இப்போது அவள் கண்களில் தன்னிச்சையாக நீர் கசிந்து மார் பில் பட்டுப் புடைவைமேல் உருண்டது.

'எதுக்கு அழறே! என்ன ஆயிருச்சு இப்ப?'

'இதைவிட ஒரு பெண்ணுக்கு என்ன ஆகணுங்க?'

'மத்தவங்களைப் போல நான் கல்யாணம் பண்ணிக்கிட்டு அப்புறம் சொல்றனா! தர்மம் நியாயப்படிதானே வரேன்.'

'நான் என்ன தப்பு செஞ்சேங்க?'

'நீ ஒரு தப்பும் செய்யலை சீதா! என் விருப்பம்னு ஒண்ணு இருக்கு தில்ல.'

அவள் அந்த வாக்கியத்தைக் கவனித்ததாகக்கூடத் தெரிய வில்லை. தொடர்ந்து, 'நான் உங்களுக்கு என்ன குறை வெச்சேன், சொல்லுங்க! 'இது உங்கிட்ட பிடிக்கலை சீதா'ன்னு சொல்லுங்க. திருத்திக்கிறேன். நான் என்ன செய்யணும்னு சொல்லுங்க. அலங்காரம் பண்ணிக்கணுமா? உங்ககூட பார்ட்டிக்கு வந்து குடிக்கணுமா? இல்லை டான்ஸ் ஆடணுமா?'

சிரித்தார். நரம்பு பதறச் சிரித்தார்.

'அதெல்லாம் ஒண்ணும் வேண்டாம்.'

'பின்ன, நான் செஞ்ச தப்பு என்ன சொல்லுங்க?'

'நீ ஒரு தப்பும் செய்யலைன்னு திருப்பித் திருப்பிச் சொல்றேனே!'

'உங்களுக்குச் சோறாக்கிப் போடலையா? அன்பாப் பேசலியா? குழந்தை இல்லையா? ஊதாரி செலவு செஞ்சனா? மாசா மாசம் அப்பா வீட்டுக்குப் போனனா? உங்க கூடவே இத்தனை வருஷம் நன்றியுள்ள நாய் மாதிரி, பசு மாடு மாதிரி இருந்திருக்கேனே! என்னங்க இது, திடீர்னு பாறாங் கல்லைத் தூக்கி தலைல போடறிங்களே! எதுக்குங்க? என்ன ஆயிடுச்சுங்க?'

'சீதா, அதெல்லாம் உனக்குச் சொன்னாப் புரியாது.'

'பின்ன ஏன் சொல்றீங்க?'

'நான் நியாயத்துக்குக் கட்டுப்பட்டவன். அதனால!'

'இது என்னங்க நியாயம் இது! கட்டின பெண்டாட்டி முழுசா இருக்கறப்போ, இன்னொரு பெண்ணைக் கட்டிக்கிறது எந்த ஊர் நியாயம்?'

‘இதப் பாரு! சும்மா வெட்டியாப் பேசிக்கிட்டிருக்கிறதிலே பிரயோஜனம் இல்லை. உனக்கு இதில் சம்மதமா, இல்லையா, சொல்லு...’

‘யாருங்க அவ’ என்றாள் அதட்டலாக. அவிழ்ந்திருந்த கூந்தலை முடிந்துகொண்டாள்.

‘அவளை உனக்குத் தெரியாது! நீ சந்தித்ததில்லை!’

‘ஆபீஸ்ல யாராவதா?’

‘அதெல்லாம் இப்ப முக்கியமில்லை. நீ என்ன சொல்றே?’

‘நான் என்னங்க சொல்றது. மாட்டேன்னுதான் சொல்றேன். நான் ஒருக்காலும் இதுக்குச் சம்மதிக்க மாட்டேன். எந்த மனைவி யாவது சம்மதிப்பாளா? அதுவும் பேரக் குழந்தை எடுக்கற வயசில, இப்படி ஒரு விபரீத ஆசை உங்களுக்கு வந்திருச்சுன்னா, மாப்பிள்ளை வீட்ல என்ன சொல்வாங்க? நம்ம சமூகத்தில் எப்படி தலைதூக்கி நடக்க முடியும்?’

‘அதெல்லாம் நான் பாத்துக்கறேன். நீ என்ன சொல்றே?’

‘அதான் சொன்னேனுங்களே.’

‘நான் பண்ணிக்கத்தான் போறேன்னு சொன்னா, நீ என்ன செய்வே?’ என்றார்.

அவள் யோசிக்காமல், ‘என்ன செய்ய முடியும்? அழப் போறேன். எங்கப்பாகிட்ட சொல்லி முறையிடுவேன். பெரியவங்களாப் பாத்து உங்களுக்கு புத்தி சொல்லச் சொல்லுவேன்’ என்றாள்.

‘உங்கப்பாவை எல்லாம் இதில் எதுக்கு இழுக்கணும்?’

‘அவரை விட்டா எனக்கு வேற யாருங்க?’

‘சரிதான். அப்படின்னா நீ லேசில இதை விட மாட்டேன்னு தெரியுது. அழுது ஊரைக் கூட்டப் போறே! அதானே!’

‘வேற என்னங்க செய்ய முடியும். என் நிலைமைல உங்களை நினைச்சுப் பாருங்க.’

‘உன் நிலைமைல நான் இருந்தா, கொஞ்சம் யோசிப்பேன். முதல்ல உன்னைப் போல வருத்தம்தான் இருக்கும். ஆனா

யோசிப்பேன். இதனால் ஒண்ணும் குடி முழுகிப் போயிடப் போறதில்லை. என் கணவனை நான் இழக்கப் போறதில்லை. அவர் என்கிட்ட நடந்துக்கற விதம் எந்த வகையிலும் மாறப் போறதில்லை. அவருக்கு இதனால் கொஞ்சம் புதுசா சந்தோஷம் கிடைக்கிற போது, நாம அதுக்குக் குறுக்க வர வேண்டாம்னு முடிவுக்கு வருவேன்.'

'உங்களுக்கு எந்த சந்தோஷத்தை நான் தரலை? அதைச் சொல்லுங்க, தரேன்' என்றாள்.

இப்போது அவள் முகம் விகாரமாயிருந்தது. பயந்த பசுமாடு போலத்தான் இருந்தாள். அவள் கண்கள் கெஞ்சின. அவள் முகத்தில் அந்தக் கேள்விக்குப் பதில் தேடி ஆர்வம் இருந்தது.

'நான் விரும்பற அந்த சந்தோஷத்தை உன்னால தர முடியாது, சீதா!'

'சொன்னாத்தானே!'

'நீ படிக்கலை. உனக்கு அவ மாதிரி பழகத் தெரியாது!'

'யாருங்க அந்தச் சண்டாளி! அட்ரஸ் கொடுங்க, போய்ப் பார்த்துட்டு வரேன்!'

'சேச்சே! அதெல்லாம் வேண்டாம். இதெல்லாம் நாசூக்காச் செய்ய வேண்டிய காரியம்.'

கொஞ்ச நேரம் மௌனமாக இருந்தார்கள். ஜெயன் தலையைப் பிடித்துக்கொண்டு சும்மா உட்கார்ந்திருந்தார். அவள் லேசாக அழுது கொண்டிருந்தாள். விட்டுக் கொடுப்பவளாகத் தெரிய வில்லை.

'இதப் பாரு, இப்ப என்ன ஆயிடுச்சு?'

சட்டெனக் காலைப் பிடித்துக்கொண்டாள். கெட்டியாக! இறுக்கமாக! 'உங்களை மன்றாடிக் கேட்டுக்கறேன். என்னை விட்டுராதிங்க... விட்டுராதிங்க. வேண்டாங்க!'

'உன்னை விடப்போறதா யார் சொன்னா?'

'வேண்டாங்க, வேற கல்யாணம் வேண்டாங்க. அந்த அவமானத்தை என்னால தாங்க முடியாது.'

‘சீச்சீ எழுந்திரு. என்ன இது! காலை எல்லாம் பிடிச்சுக்கிட்டு. இப்ப என்ன ஆயிருச்சு? இந்த சினிமா சீனெல்லாம் எதுக்கு சீதா?’

‘வேறு எப்படிங்க உங்ககிட்ட என் எண்ணத்தைக் காட்ட முடியும்? அய்யோ, எனக்கு இதில் சம்மதமில்லைங்க. வேண்டாங்க. என்னை உயிரோட வெச்சுக்கிட்டு இந்தக் காரியம் செய்யாதீங்க. நன் செத்துப் போனப்புறம் என்ன வேணா செய்யுங்க.’

இப்போது அவள் விகாரமாக அழுதாள். கன்னங்களில் நீர் வழிந்து பாதை பண்ணிக்கொண்டிருப்பதைப் பார்த்தார். என்ன செய்வது? இவள் நிச்சயம் ஒப்புக்கொள்ள மாட்டாள். இப்போது எதிராக ஏதாவது சொன்னால், உடனே தந்தைக்குத் தந்தி அடித்து வரவழைத்து விடுவாள். இவள் தந்தையை எதிர் கொள்ள ஜெயன் இன்னும் தயாராகவில்லை. பார்க்கலாம். வேறு ஏதாவது உபாயம் இருக்கிறதா பார்க்கலாம். முதலில் இந்த அழு மூஞ்சியை நிறுத்தலாம்.

‘இதோ பாரு சீதா! எந்திரி! இப்ப ஒண்ணும் ஆகலை. நான் இன்னும் தீர்மானிக்கலை. அதுக்குள்ள ஊரைக் கூட்டாதே. கண்ணைத் துடைச்சுக்க. வெள்ளிக்கிழமை சாயங்கால வேளை யில் அழ வேண்டாம். எந்திரி!’ குரலில் சற்றே பரிவு காட்டித் தான் சொன்னார். இப்போது கொஞ்சம் தெம்பு வந்து, சீதா அவரைப் பார்த்து, ‘அப்படின்னா நீங்க செய்துக்கப் போறதில்லைதானே!’

‘இப்போதைக்கு இல்லை. பார்க்கலாம். நீதான் இவ்வளவு கூப்பாடு போடறியே.’

‘நான் வேற என்னங்க செய்ய முடியும்? படிக்காத பொண்ணு, நீங்களே கதின்னு வாழ்நாள் முழுக்க இருந்தவ. இப்படிச் சேதி சொன்னீங்கன்னா வேற என்னங்க செய்ய முடியும். பாருங்க. வேண்டாம், பண்ணிக்கப் போறதில்லைன்னு சொல்லிருங்க!’

‘இப்போதைக்கு இல்லை. சமாதானம்தானே?’

‘எப்போதைக்கும் இல்லைன்னு சொல்லிருங்க.’

‘இதப் பாரு. நீ இதைப் பத்தி யார் கிட்டயும் மூச்சு விட வேண் டாம். உங்க அப்பா கிப்பாவுக்கு இப்படின்னு கடுதாசி ஏதாவது எழுதிராதே. என்ன? ஏதும் தீவிரமா இன்னும் நடக்கலை. தெரியுமா?’

கண்ணைத் துடைத்துக்கொண்டு தலையை ஆட்டினாள்.

விட்டால் போதும் என்று எழுந்து வெளியே வந்தார். அவளுக்கு ஜலதோஷம் பிடித்து விட்டது. மூக்கை உறிஞ்சிக் கொண்டு 'டீ தரவா' என்றாள்.

'ம்' என்றார். பால்கனி வழியாக வானத்தைப் பார்த்தார். கரு நீலத்துக்குத் தயாராகிக் கொண்டிருந்தது. ஒரு நட்சத்திர மேகமோ பளிச்சென்று தெரிந்தது. ஜெயனுக்கு மனசுக்குள் லேகாவின் உடல் நீச்சலடித்தது. சே. எனக்கு இதை எப்படிச் சொல்லிச் சமாளிப்பது என்று தெரியவில்லை. அழுகையைக் கண்டு பயந்துவிட்டேன். அழுகையைச் சந்தித்துத்தான் ஆக வேண்டும். சமாளித்துத்தான் ஆக வேண்டும். அதன்பின் உறவினர்களின் கோபத்தை, மாமனார் தகராறு, மகளின் விரோதம் எல்லாவற்றுக்கும் தயாராகத்தான் வேண்டும். சும்மா வந்து விடாது எந்தச் சுகமும். இவர்களை, எல்லாவற்றையும் சமாளித்து விட்டால் கிடைக்கப்போகும் பரிசு! அந்த நட்சத்திரம் அவரை நோக்கி வருவதுபோல் இருந்தது. பார்க்கலாம். விஷயத்தை ஆரம்பித்தாகி விட்டது. ஆரம்ப எச்சரிக்கை கொடுத்தாகி விட்டது. இனிமேல் படிப்படியாக அழுத்தத்தை அதிகப் படுத்திக்கொண்டு செல்ல வேண்டும். சந்தர்ப்பம் வரும் போதெல்லாம் கோடி காட்டவேண்டும். கொஞ்சம் கொஞ்சமாக, வரப்போவது தவிர்க்க முடியாதது என்பதற்கு அவளைப் பழக்கவேண்டும். மெல்ல மெல்ல. நிதானமாக. ஆனால், எத்தனை நாளாகும்? அதுவரை அவள் காத்திருப்பாளா?

காத்திருக்க வேண்டும். ஏதாவது செய்தாக வேண்டும். 'என்னை உயிரோட வெச்சுக்கிட்டு இந்தக் காரியம் செய்யாதீங்க. நான் செத்தப்புறம்... சே! நினைக்காதே!'

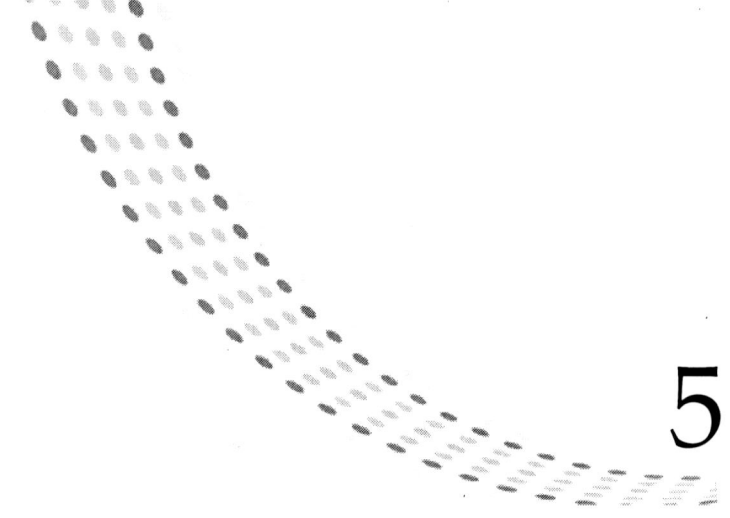

5

வீட்டை விட்டுக் கிளம்பினால் போதும் என்கிற எண்ணத் துடன் சரியாக எட்டரை மணிக்கு பார்ட்டிக்குப் போய் விட்டார். ஒரு ஐந்து நட்சத்திர ஓட்டலில், நான்காவது மாடியில் ஒரு பெரிய ஹாலில் நடந்தது. கார்ப்பெட் அழகாக இருந்தது. சேவகர்கள் சேவல் போலக் கொண்டை அணிந்திருந்தார்கள். சோபாக்களில் சிலர் சின்னச் சின்னக் குழுக்களாக உட்கார்ந்து கொண்டு பேசிக் கொண்டிருந்தார்கள்.

எல்லோர் கையிலும் கோப்பை இருந்தது. மேனாட்டு வகை காக்டெயில் பார்ட்டி. முதலில் மது. அந்தச் சம்பிரதாயம் ஓய்வதற்கு ஒரு மணி நேரம் ஆகும். அதன் பின்தான் டின்னரை கடை பரப்புவார்கள். அங்கே ஒரு ஜின் அண்ட் டானிக், இங்கே ஒரு ஸ்காட்ச், ரம் என்று எல்லா வண்ணத்திலும் ஆல்கஹால் பரவியிருந்தது. வெயிட்டர்கள் அவர்கள் ஊடே மௌனமாக, தேர்ந்தெடுத்த மது வகைகளுடன் உலாவினார்கள்.

பெண்கள் சிகரெட் பிடிக்கும், ஆண்கள் குடித்துவிட்டுக் கண்ணீர் விடும் வினோத உலகம். ஜெயன் ஒரு லைம் ஜூஸ் மட்டும் எடுத்துக் கொண்டார். இன்று அவர் குடிக்க விரும்பவில்லை. மனம் பூரா சொந்த சங்கதி வியாபித்துக்கொண்டிருக்க, மற்ற பேர் பேச்சும் சிரிப்பும் அவருக்குப் பதிவாகவில்லை. முக்கியமாக விருந்துக்கு அழைத்தவரிடம் தலையைக் காட்டிவிட வேண்டும். அழைத்தவர் ஜெயனின் கம்பெனிச் சரக்கை வருஷத்துக்கு இருபது லட்சம் வாங்குபவர். அதை உருமாற்றி ஏற்றுமதி செய்து இரட்டிப்பாகச் சம்பாதிக்கிறார். அதுபற்றிக் கவலை இல்லை.

ஜெயன் அவர் அருகில் சென்று, 'குட் ஈவினிங்.'

'ஆ! கிளாட் தட் யு குட் கம்!' பக்கத்தில் இருந்த டாக்டர் மனோகரனை அறிமுகப்படுத்தி வைத்தார். 'க்ரேட் டாக்ஸிகால ஜிஸ்ட்!' மனோகர் சிரித்தார்.

'யுவர் நேம்?'

'ஜெயன்.'

'ஓ எஸ்! கேள்விப்பட்டிருக்கேன்'. மனோகர் இள வயதினராகத் தான் இருந்தார். எனினும் அந்த வயசுக்கு ஜீன்ஸ் கொஞ்சம் செயற்கையாகப் பட்டது. கையில் ஸ்காட்ச் வைத்திருந்தார். அவருடன் இயல்பாக ஜெயன் நடந்து செல்ல, இருவரும் ஒரு சோபாவில் உட்கார்ந்தார்கள். 'என்ன, லைம் ஜூஸ்? நீங்கள் டீடீயா?'

'இல்லை! இன்று குடிக்க விருப்பமில்லை.'

'ஒரு டிரிங்க். ஒண்ணும் செய்யாது.'

'நோ ப்ளீஸ்! டாக்ஸிகாலஜி என்கிறது என்ன?'

'இதோ! என் கையில் வைத்திருப்பதுகூட டாக்ஸிகாலஜிதான்!'

'புரியலை.'

'விஷங்களுடைய குணங்கள். அவை எங்கிருந்து கிடைக்கிறது. அவற்றை உட்கொண்டால் என்ன ஆகும். எப்ப சாவு வரும். எத்தனை சாப்பிட்டா சாவு வரும். விஷம் உண்டவங்களைக் காப்பாத்த என்ன செய்யணும். எல்லாமே டாக்ஸிகாலஜிதான். நான் ஒரு மெடிக்கோ லீகல் எக்ஸ்பர்ட். என் வாழ்நாள் பூரா விஷயங்களைத்தான் சந்திச்சிருக்கேன். சிவபெருமானுக்கும் சந்தேகத்தைத் தீர்த்துவைக்க முடியும் என்னால்!' என்று சிரித்தார்.

'இந்த விஸ்கியை எடுத்துக்கங்க. ஸ்பிரிட்டஸ் ஃப்ருமென்ட்டி! இதில் நாப்பதுல இருந்து அம்பது பர்ஸெண்ட் ஆல்கஹால் இருக்கு. இதை சுமார் முன்னூறில் இருந்து ஐநூறு மில்லி லிட்டர் கபக்குன்னு முழுங்கினிங்கன்னு வெச்சுக்கங்க, உங்க உடல் நிலை, வயசைப் பொருத்து நீங்க செத்துப் போயிடலாம்.

அவ்வளவுதான் ஆள் குளோஸ். முதல்ல ஹைப்பர்கிளைசீமியா, அப்புறம் கோமா, அப்புறம் ஆள் பணால்' என்று சிரித்து தன் கையிலிருந்த விஸ்கியை மெல்லச் சப்பிக் கொண்டார்.

'இண்ட்ரஸ்டிங்க்! உங்க காரியரில் நிறைய பாய்ஸனிங் கேஸ் பாத்திருப்பிங்கன்னு சொல்லுங்க.'

'அய்யோ ஏராளம். என்னனென்ன பாய்ஸன்? என்னென்ன கேஸ். தத்துரான்னு ஒரு விதை இருக்கு. முள்ளு முள்ளாக் காய்; அதுக்குள்ள விதை. அதை பொடி பண்ணிக் கொடுத்தா டெட்லி. நார்த்ல ரொம்ப காமன்! கிட்நாப் பண்ணக்கூட உபயோகிப் பாங்க. ஹையோசின், ஹையோ சையமின், அட்ரப்பின் இதெல்லாம்தான் ஆக்டிவ் அதில.'

'எக்ஸ்பர்ட் போல இருக்கே!'

'பதினைஞ்சு வருஷமா இதிலதானே மல்லாடிக்கிட்டு இருக்கேன்!'

'உக்காருங்க டாக்டர் கம்ஃபர்ட்டபிளா! உங்களை நான் சந்திச்சதில எனக்கு ரொம்ப சந்தோஷம். பொதுவா இந்த மாதிரி பார்ட்டிங்கள்லே சுவாரஸ்யமான மனிதர்களைச் சந்திக்கிறது ரொம்ப அரிது!'

'சுவாரஸ்யத்துக்கு என் தொழில்ல குறைவே இல்லை!'

'டாக்டர் எனக்கு ஒரு சந்தேகம்...'

'கேளுங்கள். விளக்கப்படும். வெய்ட்டர் ஒன் மோர் ப்ளீஸ்! ஆர் யூ ஷ்யூர், யூ டோன்ட் வாண்ட் எ க்விக் ஒன்?'

'நோ டாக்டர்.'

'சொல்லுங்க என்ன சந்தேகம்?'

'ஸ்லோ பாய்ஸனிங்க்னு சொல்றாங்களே! அது என்ன?'

'அதுவா. அது வந்து சில இண்டஸ்ட்ரியல் வொர்க்கர்ஸ்கிட்ட பாக்கலாம். லெட் பாய்ஸன். அப்புறம்...'

'நான் அதைச் சொல்லலை.'

'வேற?'

‘ஒரு விஷத்தை மெல்ல, மெல்ல, சின்னச் சின்ன டோஸாக் கொடுத்து, ஒரு ஆளைப் படிப்படியாக் கொல்ல முடியும்கிறாங் களே, அந்த மாதிரி அனுபவம் உங்களுக்கு உண்டா?’

‘உண்டாவா! அதை ஏன் கேக்கறிங்க! எங்க மாதிரி டாக்ஸிகால ஜிஸ்டை அதை மாதிரிக் கேள்விதான் தண்ணி காட்டிரும். கண்டுபிடிக்கவே முடியாது!’

‘வெரி இண்ட்ரஸ்டிங்.’

டாக்டர் மற்றொரு விஸ்கி வாங்கிக்கொண்டு சுதாரித்து, உட்கார்ந்துகொண்டு தொடர்ந்தார். ‘ஏன், போன மார்ச்ல ஒரு மிக சுவாரஸ்யமான கேஸ்! கொல்ல முயற்சி ஏதும் இல்ல. தன்னை அறியாம ஒரு பொண்ணு, ஒரு மாத்திரையை தினப்படி சாப்பிட்டுக் கிட்டு வந்திருக்கா. அது அவளை மெல்லக் கொல்லப் போகிற விஷம்னு தெரியாம... கடைசி சமயத்தில் கொண்டுவந்தபோது ஃபிஸிஷியன் எக்ஸாமின் பண்ணிட்டு நாசியா, தலைவலின்னு ட்ரீட் பண்ணியிருக்கார். நான் அகஸ்மாத்தாப் போனேன். பிக்மென்டேஷன்! ஸ்கின்ல மஞ்சளாக இருந்தது. கண்ல கன்ஜங்ட்டிவே இருந்தது. எனக்கு இந்த சிம்ப்டம்ஸ் கொஞ்சம் வினோதமா இருந்தது. ஏதாவது மருந்து மாத்திரை சாப்பிட்டாங் களான்னு புருஷனைக் கேட்டேன். அதுக்கு அவர், அப்படி ஏதும் இல்லையேன்னு சொன்னார். இதுக்கு முந்தி சாப்பிட்டாங் களான்னு கேட்டேன். இந்தக் கேள்வி கேக்காம இருந்தா, அந்தம்மா அன்னைக்கு இறந்து போயிருப்பாங்க.

‘ஆமா சார்! பத்து நாள் வரைக்கும் உடம்பு இளைக்கிறதுக்கு மாத்திரை அமெரிக்கால இருந்து இவ தங்கச்சி கொண்டாந்தது. அதை யார்கிட்டேயும் கேக்காம நாளைக்கு ரெண்டு சாப்பிட்டுட்டு வந்தா’ன்னாரு புருஷன்!

‘என்ன மாத்திரை? உடனே அந்தப் பாட்டிலைக் கொண்டு வாங்க’ன்னேன்.

‘ஓடிப் போய் எடுத்துக்கிட்டு வந்தான். பாத்தா டெக்ரிஸில்! டை-நைட்ரோ கிரெஸால்! ‘அடப் பாவி! இதெல்லாம் ஏன்யா டாக்டரைக் கேக்காம சாப்பிடறிங்க. அதுவும் நாளைக்கு இரண்டுன்னு!’ மொத்தம் அவ உடம்பில் ஐநூறு எம்.ஜி. உள்ளே போயிருக்கு. உடனே பார்பிச்சுரேட் கொடுத்து நிறைய நீராகாரம்

கொடுத்து, ஆக்ஸிஜன் கொடுத்து, எலக்ட்ரோலைட் பேலன்ஸைப் பார்த்துண்டதும் பிழைச்சுட்டா.'

'அந்த மருந்துக்குப் பேர் என்ன சொன்னீங்க?'

'டெக்ரிஸில்! இந்தியாவில் கிடைக்காது. அமெரிக்காவில் இந்த மாதிரி உடம்பு இளைக்கிறதுக்கு அபாய எல்லைகளை எல்லாம் தொடுவாங்க. யாராவது எதையாவது டிரக்கைக் கொண்டுவந்து கொடுத்தாங்கன்னா, டாக்டர் அனுமதியில்லாம சாப்பிடவே கூடாது.'

'டெக்ரிஸில்!'

'ஆமா ஜாக்கிரதையா இருங்க!'

ஜெயன், 'எக்ஸ்யூஸ் மி' என்று சொல்லிவிட்டு பாத்ரூம் சென்று தன் பர்ஸில் இருந்த விசிட்டிங் கார்டு ஒன்றில் டெக்ரிஸில் என்று எழுதிக்கொண்டார். வெளியே வந்தபோது பார்ட்டி கொஞ்சம் களை கட்டியிருந்தது. டாக்டர் மனோகர் வேறு யாரையோ தேடிக் கொண்டு சென்று விட்டார். யாரோ ஒருத்தர் விரல் எல்லாம் சொடுக்கிக் கொண்டு ஓரத்தில் இருந்த பியானோவுக்குப் போய், 'ஐம் கெட்டிங் மாரிட் இன் தி மார்னிங்!' வாசித்தார். பக்கத்தில் பாதிக் குடியில் இருந்தவர்கள் தப்புத் தப்பாகத் தாளம் அடித்தார்கள்.

'நோ கர்ள்ல்?' என்றார் ஜெயன் பக்கத்தில் இருந்த அன்னியரிடம். 'யூ வாண்ட் கர்ள்ஸ்?' என்றார் அவர் அரை மயக்க நிலையில்.

'சேச்சே நான் எனக்காகச் சொல்லவில்லை. பொதுவாக பார்ட்டியிலே....'

'என் அருமை நண்பா. பெண்கள் வேண்டாம்! பெண்களை தியானி! அவர்களைத் துதி!' இப்போது சந்தோஷத்தில் இருந்த ஜெயன் அருகே சென்ற வெய்ட்டரிடம் ஒரு கோப்பையை எடுத்து விஸ்கியா, ரம்மா என்று கவலைப்படாமல் மடக்கென்று குடித்தார். அவருடைய தாற்காலிக சினேகிதர் ஏற்கெனவே நாலாவதாக குடித்துக்கொண்டிருந்ததால், சரளமாக வேதாந்தம் வந்தது.

'நோ கர்ள்ஸ்! பெண்களை நாம் பூஜிக்க வேண்டும். பெண் களைக் கண்களில் ஒத்திக்கணும்...' ஜெயனைத் தொட்டுப் பார்த்து

கண்ணில் ஒத்திக்கொண்டார். ஜெயன் இப்போது உள்ளுக்குள் ஆல்கஹால் வேலை செய்யத் தொடங்க 'ஆமாம்' என்றார். கூட்டத்தில் பேச்சுக்குப் பதில் ஆமாம் என்று காற்றுதான் வெளிப்பட்டது.

'பாரதி பெண்களுக்காக, அவர்கள் சுதந்தரத்துக்காகப் பாடினான். பாரதி தெரியுமா?'

'தெரியும்! பெரிய ஆள்! விழா நடத்துறாங்க.'

'என் ஒய்ஃப் தெரியுமா? ஜெம் சார்! ஜெம்! பேரு ரத்னா. உங்க ஒய்ஃப் பேரு?'

'சீதா!'

'டு சீதா' என்று கோப்பையைக் காலி செய்தார்.

'டு ரத்னா' என்றார் ஜெயன். கோப்பையைக் காலி செய்தார்.

'1856-ல் விதவா சட்டம் வந்தது.'

இருவரும் விதவா சட்டத்துக்கு இன்னொரு முழுக்கு எடுத்துக் கொண்டார்கள்.

'டாக்டர் முத்துலக்ஷ்மி ரெட்டியுடைய சுயசரிதம் படிச்சுப் பாருங்க. நாம் எல்லோருமே குற்றவாளிங்கதான். வி லிவ் இன் எ மேல் ஷாவினிஸ்டிக் வர்ல்ட். 'வீட்டில் சமத்தா இரு. உன்னைத் தெய்வமாக்கறேன்!' அதான் நம்ம போக்கு! எல்லா ரும் ஹிப்பாக் ரைட்ஸ்! மை ரத்னா! எத்தனை சஃபர் பண்ணியிருக்கா தெரி யுமா?' உதட்டைப் பிதுக்கிக்கொண்டு அவர் அழத் தொடங்க, 'சீதாவும்தான்' என்றார் ஜெயன்.

'டு சீதா!'

ஜெயன் 'டு டெக்ரிஸில்' என்றார்.

ராத்திரி பதினோரு மணிக்குத் தடுமாறிக்கொண்டே திரும்ப வந்தவரை சீதா காத்திருந்து மெல்ல மாடிக்கு அழைத்துச் சென்றாள். படுக்கையில் சரிந்தவரின் கால் பூட்ஸைக் கழற்றி சாக்ஸை உருவி, டையைத் தளர்த்தி, அருகே மெத்தென்று தலையணை வைத்து, அவரை சிறு குழந்தைபோலப் புரட்டி

சரியாகப் படுக்க வைத்தாள். கம்பளி போர்த்தினாள். விளக்கை அணைக்கச் சென்றவளைப் பார்த்து ஜெயன் ‘சீதா!’ என்றார்.

‘என்னங்க’ என்றாள் பெருமூச்சுடன்.

‘என் மேல் கோவமா?’

‘இல்லைங்க! வருத்தம்தான்.’

‘நான் இன்னொரு கல்யாணம் செய்துக்கப் போறேன்னு பயப்படறியா!’

‘ஆமாங்க!’

‘இங்க வா! கிட்ட வா சீதா! உன்னை அப்படி லேசில தவிக்க விட்டுருவன்னு நம்பறியா? என்கூட இருபது வருஷம் குடித்தனம் நடத்திருக்கியே.’

‘சாயங்காலம் நீங்க சொன்னது நம்பும்படியாத்தாங்க இருந்தது.’

‘உன்னை விட்டுட்டு வேறொருத்தியைக் கல்யாணம் செய்துரு வனா?’ மௌனமாக இருந்தாள்.

‘உங்கிட்ட சும்மா விளையாட்டுக்குச் சொன்னேன்டி! அதை அப்படியே நம்பிட்டியே!’

‘எதுக்குச் சொன்னீங்களோ. இன்னொரு தடவை அந்த அதிர்ச்சியைக் கொடுக்காதிங்க. எனக்கு இருதயமே நின்னு போயிட்டாப்பல ஆயிருச்சு!’

‘உங்கப்பாவை டெலிபோன்ல கூப்பிட்டயா?’

‘நீங்கதான் வேணாம்னுட்டிங்களே.’

‘நல்ல பொண்ணு. இனிமே பாரு சீதா! அந்தப் பேச்சு வரவே வராது! ஏதோ ஒவ்வாக்காட்டிக்குச் சொன்னதா மறந்து போயிரு!’

‘சரிங்க.’

‘சரி பார்க்கலாம்.’

‘நீங்க தூங்குங்க. இன்னிக்கு ரொம்ப சாப்ட்டிருக்கிங்க போல இருக்கே.’

'சரி சீதா!'

அவள் ஒரு முறை சற்று அவஸ்தையுடன் சிரித்துவிட்டு 'தூங்குங்க! காலைல பேசிக்கலாம்' என்றாள்.

'சீதா ஒருத்திதான் என் மனைவி! சீதா போதும் எனக்கு! அவ தான் எனக்கு எல்லாம்.'

'விளக்க அணைச்சுரட்டுங்களா?'

'சீதான்னா சீதாதான்!' என்று அவர் லேசாகச் சொல்லிக் கொண்டிருக்கும்போது, அவள் விளக்கை அணைத்துவிட்டு பிற்பகல் படித்துக்கொண்டிருந்த புத்தகத்தை அடையாளம் வைத்த இடத்திலிருந்து தொடர்ந்து அவருக்கு உறுத்தாமல் இருக்க, அடுத்த அறைக்குப் போய் வாசித்து விட்டு, சுலோகம் சொல்லி விட்டு, ஏஸியை அணைத்துவிட்டுத் தூங்கிப் போனாள்.

ஜெயன் தூக்கத்தில் ஒருமுறை 'டெக்ரிஸில்' என்றார்.

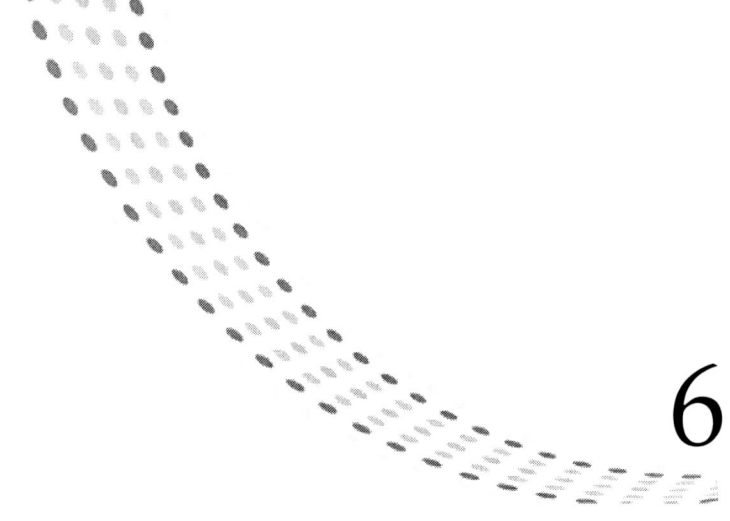

6

மறுதினம் ஆபீஸுக்குச் சென்றதும் அவர் முதல் காரியமாக லேகாவைக் கூப்பிட்டார். 'லேகா நியூ யார்க்கில் நம்ம ஷிப்பிங் ஏஜென்ட் இருக்கானே, அவன்கிட்ட டிரங்கால் போட்டுப் பேச முடியுமா?'

'அவங்க இன்னேரம் தூங்கிக்கிட்டிருப்பாங்க சார்.'

'அப்ப ஒரு டெலக்ஸ் அனுப்பிச்சிரு... இல்லை, டெலக்ஸ் வேண்டாம், லெட்டர் ஒண்ணு அனுப்பிச்சிரு.'

'சரி சார்.'

'நேத்து பார்ட்டில ஒரு டாக்டரைப் பார்த்தேன். அவர், 'நியூயார்க்ல இருந்து ஒரு மருந்தை உங்களால் தருவிக்க முடியுமா?'ன்னு கேட்டார். ஒப்புக்கொண்டிருக்கேன்.' தன் பையில் இருந்து அந்த கார்டை எடுத்து, 'இதில் எழுதியிருப்பார். இதில ரெண்டு புட்டி வாங்கி அனுப்பிரச் சொல்லு. செய்வான் இல்லை?'

'தாராளமா. அவருக்கு நம்மால எக்கச்சக்கமான லாபம். டெக்ரிஸில்லா? யாருக்கு?'

'யாருக்குத் தெரியும்? டாக்டருக்கு வாக்கு கொடுத்திட்டேன். செய்தாகணும்!'

'டாக்டர் விலாசம் இருக்கா சார்? நேரா அனுப்பிச்சுரச் சொல்றேன். உங்களுக்கு எதுக்கு சிரமம்?'

'வேண்டாம் வேண்டாம்! முதல்ல மருந்தைத் தருவியேன். சொல்றேன்.'

'சரி சார்! டெலக்ஸ் அனுப்பிச்சுர்றேன். லெட்டர் போய்ச் சேர ஒரு வாரம் ஆகும்.'

'ஏதாவது செய். மருந்து உடனே ஞாபகப்படுத்து. என்ன.'

அவள் கொஞ்சம் தயங்கினாள். 'வேற ஒண்ணும் செய்தி இல்லையா சார்?'

'இப்போதைக்கு இல்லை!'

'சரி.'

'அவசரமில்லையே!'

'இல்லை சார்!' அவள் அவரைப் பார்க்காமலே அலட்சியமாகப் போனது அவருக்கு உறுத்தியது. எப்படி என் திட்டத்தை உன்னிடம் சொல்வேன். இந்த நாட்களில் ரொம்ப எச்சரிக்கை யாக இருக்க வேண்டும். அந்த டெலக்ஸ் காபி கேட்டு வாங்கிக் கொண்டு விட வேண்டும். எந்தச் சுவடும் தெரியக் கூடாது. இதைவிட வேறு வழி அவருக்குப் புலப்படவில்லை. எல்லா வற்றிலும் ஒரு விதி இருக்கிறது. எதற்காக நான் அந்த டாக்டரைச் சந்திக்கவேண்டும்? மருந்து பற்றி எதற்காக அவர் என்னிடம் பேசவேண்டும்? அந்த மாத்திரைகள் வரட்டும். ஒரு நாளைக்கு இரண்டு. பத்து நாட்கள்! பத்தே நாட்கள்! அதன் பின்... அதிகமாகத் தாவாதே. முதலில் மாத்திரைகள் வரட்டும்.

அதற்கு முன் சீதாவின் பழைய விசுவாசத்தைச் சம்பாதிக்க வேண்டும். சீதா ஒருக்காலும் ஒப்புக் கொள்ள மாட்டாள். அவளிடம் சம்மதம் வாங்க முடியாது. இதைச் சமாளிக்க ஒரே வழி இதுதான். விதிதான் இதை எனக்குக் காட்டியிருக்கிறது. என்ன, இப்போது மாத்திரை வந்து சேர்ந்தாலும், அதை உபயோகிக்க வேண்டும் என்கிற கட்டாயமில்லை. அதை வாங்கி வைத்துக் கொள்வதால் நான் ஒரு குற்றமும் செய்யவில்லையே. ஜெயன் தன்னைத்தானே ஏமாற்றிக் கொள்ளும் வகையில் சமாதானம் சொல்லிக் கொண்டார். மாத்திரை அமெரிக்கா விலிருந்து வருவதற்குள் அவர் மகள் கொஞ்ச நாள் ஓய்வுக்கு என்று வந்து சேர்ந்தாள். 'என்னப்பா? எப்படி இருக்கிங்க? போன

தடவை பார்த்ததுக்கு இப்ப இன்னும் கொஞ்சம் வயசான மாதிரி தோண்றிங்க!' ஜெயன் அவசரமாக சீதாவைப் பார்த்தார்.

'இல்லைம்மா, நீ சொல்றது தப்பு. அப்பா இன்னும் இளமையாத் தான் ஆயிருக்காரு.'

'ஏம்பா உண்மையாகவா?'

'உங்கம்மா எதையாவது சொல்லுவாம்மா.' சுகுணாவைப் பார்க்கும்போது, லேகாவுக்கும் இவளுக்கும் அதிக வயசு வித்தியாசம் இருக்காதுபோல் தோன்றியது. ஒரே பந்தலில் நிறுத்தினால் இரண்டு பேரையும் மகள் என்றுதானே சொல்வார்கள்.

கூடாது. இருவரையும் நிறுத்தி வைக்கக் கூடாது. பந்தல் என்ன பந்தல்! ரிஜிஸ்டாரிடம் போய்ச் சுருக்கமாக முடிக்கவேண்டிய கல்யாணம் இது. லேகா ஒப்புக் கொள்வாளோ?'

'என்னப்பா யோசிக்கிறிங்க?'

'அவருக்கு எவ்வளவோ புதுக் கவலை எல்லாம் வந்திருக்கு சுகு.'

எல்லாம் இரட்டை அர்த்தத்தில் பேசுவது போலத்தான் இருந்தது. 'சுகு, நீ போய் பல் தேச்சுட்டு காபி சாப்பிடும்மா. மாப்பிள்ளை சுகமா இருக்காரா?'

'அவருக்கென்ன? குத்துக் கல்லாட்டம் இருக்கார். 'கொஞ்ச நாள் நீ ஊருக்குப் போனன்னா நிம்மதியா செக்ரட்டரிகூட ஜாலியாகப் பேசிக்கிட்டு இருப்பேங்'கறாரு' என்று சிரித்தாள். மறுபடி அவசரமாக சீதாவைப் பார்த்தார் ஜெயன்.

'இதப் பாரு சுகு, இப்படியெல்லாம் புருஷனைத் தனியா விட்டுட்டு வரக் கூடாது. இந்த மாதிரி கேலியை வளர விடவே கூடாது.'

'எனக்கு அவரை நல்லாத் தெரியும்மா. கவலைப்படாதம்மா. விளையாட்டுக்கு அப்படித்தான் பேசுவார்.'

'அப்படித்தாம்மா நானும் நினைச்சுக்கிட்டு இருந்தேன்.'

'என்னம்மா சொல்றே?'

'ஒண்ணுமில்லை சுகு. நீ முதல்ல போயி காபியைக் குடிச்சுட்டு வா. அப்புறம் பேசிக்க. நாள் பூரா இருக்கு, உங்கம்மாகூட பேசறதுக்கு.'

அவள் போனதும் ஜெயன், 'இதப் பாரு சீதா! அந்த விவகாரத்தை சுகுகிட்ட எடுக்கவேண்டாம். அவகிட்ட சொல்ல வேண்டாம். அனாவசியத்துக்கு ஏதாவது தப்பா கற்பனை பண்ணிக்கிடுவா.'

'சொல்லலைங்க' என்று நகத்தைப் பார்த்துக்கொண்டாள்.

'அன்னிக்கு நான் சொன்னதெல்லாம் அன்னியோட போச்சு. எல்லாம் விளையாட்டுக்குன்னு வெச்சுக்க.'

'அதான் சொல்லிட்டிங்களே.'

'இதைப் பொண்ணுகிட்டே சொல்லவேண்டாம்.'

'சொல்லலைங்க... சொல்லலைங்க.'

சீதா உள்ளே போனாள். நிச்சயம் அம்மாவும் பெண்ணும் நான் ஆபீசுக்குப் போனதும் இதைப் பற்றிப் பேசத்தான் போகிறார்கள். பேசட்டும். இந்தச் சந்தடி அடங்கியதும்தான் மேற் கொண்டு திட்டத்தைச் செயலாக்க முடியும். ஆபீசுக்குப் போனால், அங்கேயும் அவருக்கு நிம்மதி கிடைக்கவில்லை. லேகா சம வயது ஸ்ரீகாந்துடன் பேசிக்கொண்டிருப்பதைப் பார்த்தார். நெருக்கமில்லை. தூரத்திலிருந்து பார்த்தபோது, அவர்கள் சிரித்துக்கொள்வது தெரிந்தது. இப்போது அவர் வயிற்றில் தானாக ஒரு பொறாமையை உணர்ந்தார். என்ன பேசுகிறார்கள்? ஆபீசில் பேசும்போது என்ன சிரிப்பு வேண்டியிருக்கிறது? இண்டர்காம் மூலம் அவளை அழைத்தார். 'லேகா யார் கூட வெட்டி வம்பு அளந்துகிட்டு இருக்கே.'

'ஸ்ரீகாந்த் சார். வெட்டி வம்பு இல்லை. சீரியஸாக ஆபீஸ் விஷயமாத்தான் பேசிக்கிட்டு இருந்தேன்... அவன் உங்களுக்கு அனுப்பிச்ச...'

'அதுக்குச் சிரிக்கணுமா.'

'அவன் உங்க கையெழுத்துக்காக அனுப்பிச்ச ஸ்டேட்மெண்டில் சில்லியா ஒரு கூட்டல் தப்பு பண்ணியிருந்தான். நான் பார்க்க லைன்னா நீங்களும் சைன் பண்ணியிருப்பிங்கன்னு சொல்லி சிரிச்சுக்கிட்டு இருந்தேன்.'

'இதுக்கெல்லாம் சிரிக்கலாமா.'

'சிரிக்கலைன்னா எட்டு மணி நேரம் போரடிக்கும் சார்.'

'சரி சரி உன் வேலையைப் பாரு.'

அவள் கொஞ்ச நேரம் அவரைப் பார்த்தாள். 'இப்ப புரியுது. நீங்க கோவிச்சுக்கறதுக்கு காரணம் வேற.'

'என்ன காரணம்?'

'நான் வேற ஆம்பிளைங்ககூட பேசறது உங்களுக்குப் பிடிக்கலை. அதானே.'

அவர் சற்றுத் தயங்கி, 'அதான்' என்றார்.

'உங்க மனைவியா ஆகப் போறதா நிச்சயமா தெரிஞ்சுரிச்சுன்னா, நானே இந்த மாதிரி நடந்துக்க மாட்டேன் சார்.'

'நீ என் மனைவிதான்.'

'அதுக்காக சார் எதுவும் ஏற்பாடு செய்யறதாத் தெரியலையே.'

'இரு இரு, என் மக வந்திருக்கா.'

'சொன்னீங்களா?'

'சேச்சே.'

'சொல்லித்தான் ஆகணும் சார். மத்தவங்க மூலமாக வதந்தியா அவங்க ரெண்டு பேரும் தெரிஞ்சுக்கறதுக்குப் பதிலா உங்க வாயாலே சொல்லிடறது நல்லதில்லையா?'

'வேளை வரட்டும்.'

'சார், ஒண்ணு மட்டும் ஞாபகம் வெச்சுக்கங்க. எந்த சந்தோஷத்தையும் பெற ஒரு இழப்பு தேவை. எதையாவது விட்டுக் கொடுத்தாகணும். அல்லது இழந்தாகணும்.'

'இழக்காமலேயே செய்யலாம். பார்த்துக்கிட்டே இரேன்.'

'என்ன சார்?'

'எல்லாருக்கும் சம்மதமா, எல்லாருக்கும் நிம்மதியா இதை நான் முடிக்கணும். அவ்வளவுதானே?'

'அவ்வளவுதான் சார்.'

'இன்னும் கொஞ்ச நாள்.'

'அதுவரைக்கும் உங்க பொறாமையை எழுப்பறதில எனக்கு சந்தோஷம். ஸ்ரீகாந்த் என்னைக் கேள்வி கேக்காம கல்யாணம் பண்ணிக்கிடுவான்.'

'வேணுமின்னா செய்துக்கயேன்.'

'நான் கல்யாணம் செய்ய விரும்பறது வேற ஒருத்தரை.'

'அவரை எனக்குத் தெரியுமா?'

'தெரியும்னுதான் நம்பிக்கை.'

'அவர் எப்படிப்பட்டவரு?'

'நல்லவரு, கொஞ்சம் குழந்தை சுபாவம் உண்டு. நான் வேற ஆம்பளைங்களோட பேசறதைப் பார்த்தாலே பொறாமைப் படுவார். அவர் வயதும் அனுபவ முதிர்ச்சியும் எனக்குத் தேவை யான ஒண்ணாயிருக்கு. அவரைச் சாதாரணமான கண்களால நான் பார்க்கலை. என் அனுபவப் பின்னணில பார்க்கிற போது, அவர் எனக்கு அழகானவராத்தான் படறார். அவர் சமீபத்தில் ஹேர் டை உபயோகிக்க ஆரம்பிச்சிருக்கிறது எனக்குப் பிடிக்கலை. எதுக்கு? யாருக்காக வயசை மறைக்கணும்? எனக்கு அவர் வயசு தெரியாதா என்ன? புற அழகை விட்டு உள்ளுக்குள்ள ஒரு அழகு இருக்குன்னு தெரியாதா என்ன? நான் ஸ்ரீகாந்த் மாதிரி மேம் போக்கு ஆசாமிகளுக்கெல்லாம் மயங்கிப் போய் எதுக்காவது ஒப்புக்குவேன்னு அவர் பயப்படவே வேண்டாம்.'

'லேகா!'

'என்ன சார்?'

'கல்யாணத்துக்கு முந்தி, அவர் உன்னை ஒரே ஒரு தடவை லேசா வாசனை பாக்கறாப்பல ஒரு முத்தம் கொடுக்க விரும்பறார்னு வெச்சுக்க.'

'கல்யாணம் நிச்சயம்தான்னு தெரிஞ்சப்புறம்தான் அதை அனுமதிப்பேன். லேசா என்ன? அதுக்கப்புறமும்!'

'என் எதிரில் நின்னே, இன்னி முழுக்க வேலை ஓடாது!' அவள் காகிதங்களை அடுக்கி வைத்துக்கொண்டே லேசாகச் சிரித்து, 'சொல்ல மறந்துட்டேன். நீங்க தருவிச்ச அந்த மருந்து ரெண்டு சீசா நியூயார்க்ல இருந்து வந்தாச்சு! கஸ்டம்ஸ்ல கிளியர் பண்ணிட்டாங்க. அதை யாருக்கு அனுப்பணும்?'

'அதை எங்கிட்டயே கொடு, நானே டாக்டர் மனோகர்கிட்ட கொடுக்கறேன்.'

'டெக்ரிஸில்னு மாத்திரை. எதுக்கு அது?'

'ஏதோ வெய்ட் குறையறதுக்குன்னு டாக்டர் சொன்னதா ஞாபகம் எனக்கு. அதெல்லாம் யாருக்குப் புரியுது. ஏதோ டாக்டர் கேட்டார். வாங்கிக் கொடுத்தாச்சு, எங்க அது?'

அவள் செக்ஷனுக்குப் போன் பண்ணி வரவழைத்தாள். அழகாக பாக் செய்யப்பட்டிருந்ததை கஸ்டம்ஸ் தாறுமாறாகக் (கிழித்தது) கிழித்து மறுபடி அவசரமாக மூடியிருந்த சுவடு தெரிந்தது. 'இதை என் பேக்ல வெச்சிரு லேகா.'

பையில் வைக்கும்போது லேகா ஒரு தடவை அவர் கன்னத்தைத் தன் மெல்லிய விரல்களால் தொட்டு 'இப்போதைக்கு இது போதுமா?' என்று கேட்டுவிட்டு, உடனே சீரியஸாக முகத்தை வைத்துக்கொண்டு தன் இருக்கைக்குச் சென்று அமர்ந்தாள். வீட்டுக்குப் போகும்வரை அவள் தொட்ட இடம் இனித்துக் கொண்டிருந்தது.

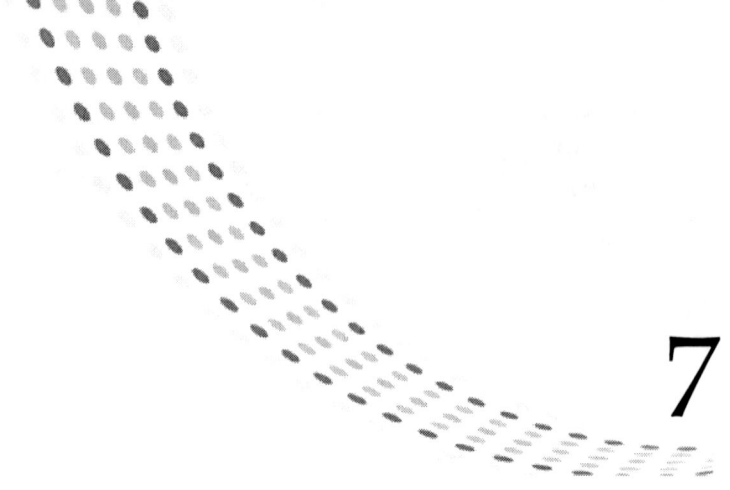

7

சுகு பார்த்த பார்வையிலிருந்தே சீதா அவளிடம் எல்லா விவரமும் சொல்லிவிட்டாள் என்று தெரிந்துவிட்டது. இருவரிடமும் ஒரு விதமான சதிப் பார்வை இருந்தது. சுகுணா காலையில் போலச் சிரிக்கவில்லை. அப்பா என்று கொஞ்சலாகக் கூப்பிடவில்லை. சுகுணா லேசாகத் தன்னிடம் பயப்படுவதாகவும் தெரிந்தது. ஆனால் ஊருக்குக் கிளம்புவதற்குள் ஒரு முறை இந்த விவகாரத்தை எழுப்பப் போகிறாள் என்பது மட்டும் புரிந்தது. ராத்திரி சாப்பிடும் போது 'அப்பா, அம்மாகூட மத்தியானம் பேசிக்கிட்டு இருந்தேன், எல்லாம் சொன்னாங்க.'

'என்ன சொன்னா?'

'அதான் நீங்க ஏதோ...' அதைச் சொல்ல விரும்பாதவள் போலப் பாதியில் நிறுத்தி.

'திட்டவட்டமா என்ன சொன்னான்னு எனக்குத் தெரியணும் சுகுணா.'

'அதாம்பா நீங்க... எனக்கு... நம்ப முடியலை. நீங்க அந்த மாதிரி பேசியிருப்பிங்களா, இல்லை அம்மா கனா கினா காணறாளான்னு. ஆனா காலைல வந்ததில இருந்தே அம்மா ஒரு மாதிரியா இருந்தாங்க. ஏம்மா, ஏதாவது உடம்பு கிடம்பு சரியில்லையான்னு கேட்டதுக்கு, 'எனக்கு உடம்புக்கு ஒண்ணுமில்லை. ஆனா சமீப காலமா ஒரு பயம் வந்திருச்சு. உங்க அப்பா என்னை விட்டுப் பிரிஞ்சு போயிருவாரோன்னு பயமாயிருக்கு'ன்னாங்க. நான் முதல்ல நினைச்சேன், உங்களுக்குத் தான் உடம்பு

சரியில்லையோ, ஏதாவது ஹார்ட் அட்டாக் வந்து எங்ககிட்ட சொல்லாம வெச்சிருக்காங்களான்னு துருவிக் கேட்டேன். அம்மா வேற கதை சொல்றா! என்னப்பா இதெல்லாம்!'

'ஒண்ணுமில்லை சுகு! உன் புருஷன் நீ வரபோது உங்கிட்ட ஆபீஸ்ல செக்ரட்ரியைப் பத்தி ஜோக்கடிச்சான்னு சொன்னியே, அது மாதிரி நான் உங்க அம்மாகிட்ட சும்மாவாவது விளையாட்டுக்கு நான் இன்னொரு கல்யாணம் பண்ணிக்கலாம்னு இருக்கேன். அதுக்கு நீ சம்மதிப்பியான்னு கேட்டம்மா.'

'விளையாட்டுக்கா?'

'அப்படித்தான்.'

'அம்மா என்னவோ சீரியஸாச் சொன்னதாச் சொன்னாங்க.'

'அட, அதை எடுத்துக்கற விதத்தைப் பொருத்தது. உங்கம்மாவுக்கு சென்ஸ் ஆஃப் ஹ்யூமரே கிடையாது.'

'இல்லைப்பா. நீங்க ஏதும் விளையாட்டுக்குச் சொன்னதாத் தெரியலை. அம்மா ஒரு மணி நேரம் அழுதா. 'அப்பா கை விட்டுட்டாங்கன்னா நீயும் மாப்பிள்ளையும் என்னை வெச்சுக் காப்பாத்துவிங்களா'ன்னு கேட்டா. விளையாட்டுக்குச் சொல்லி யிருந்தா இப்படியெல்லாம் வருத்தப்பட மாட்டா. அப்பா, உண்மையா அந்த மாதிரி ஏதாவது எண்ணம் உங்களுக்கு இருக்கா? இப்பவே சொல்லிடுங்க. அப்புறம் பெரிய ஷாக்கைக் கொடுக்காதிங்க!'

'இல்லைம்மா, அதெல்லாம் இல்லை.'

'அழுத்தமாச் சொல்ல மாட்டேங்கறிங்களே!'

'நான்தான் சொன்னேனே... ஒரு மனுஷன் ஜோக் அடிக்கக் கூடாதா?'

'சில ஜோக்குக்கெல்லாம் வயசு இருக்குப்பா. அம்மா படிக்காதவ. அவ பயந்துகிட்டதில அர்த்தம் இருக்கு. அப்பா, நீங்க அந்த மாதிரி ஏதாவது செய்திங்கன்னா உங்க மானம் மட்டுமில்லாம, என் பேரு, என் மானம் எல்லாம் போயிரும். எங்க மாமனார், மாமியார் மூஞ்சியை நான் பார்க்க முடியாது. தூக்கி எறிஞ்சுருவாங்க. என் புருசனே சொல்லிச் சொல்லிக் காட்டுவாரு. அவருக்கு நாக்கு இருக்குதே...'

‘என்னது! உபத்திரவமாப் போச்சு. அதெல்லாம் இல்லைம்மா. நான் ஏதாவது அந்த மாதிரி செஞ்சாத்தானே இந்தப் பேச்செல்லாம். நான் எப்பவோ மறந்து போனதை ரெண்டு பேரும் திருப்பி தோண்டறிங்க. நான்தான் இல்லைன்னு சொல்லிட்டேனில்லையா. ஏய் சீதா!’

சீதா கதவோரத்தில் ஒளிந்துகொண்டு எல்லாவற்றையும் கேட்டுக் கொண்டிருந்தாள். வெளியே வந்து, ‘என்னங்க?’ என்றாள்.

‘என்னது? இல்லாததையும் பொல்லாததையும் இவகிட்ட சொன்ன?’

‘என் மககிட்ட சொல்லிக்காம வேற யார்கிட்டங்க சொல்லிக்க முடியும்?’

‘அய்யோ. நான் சொன்னதெல்லாம் வெளையாட்டுக்கு, வெளையாட்டுக்கு! எனக்கு அந்த மாதிரி எந்த உத்தேசம் கிடையாதுன்னு எத்தனை முறைதான் சொல்வேன்!’

‘அதாம்மா. அப்பா வெளையாட்டுக்குத்தாம்மா சொல்லியிருக்கார், இல்லையாப்பா? இனிமே இந்த மாதிரியெல்லாம் உங்கிட்ட விளையாட மாட்டாரம்மா!’

ஜெயனுக்கு எரிச்சலாக வந்தது. இந்தப் பெட்டைகள் எல்லாரும் சேர்ந்துகொண்டு இயல்பாக மனத்தில் கிளைத்து எழுந்திருக்கும் ஆசைக்கு பாப ரூபம் கொடுக்கிறார்கள். சீதா மேல்தான் தப்பு! ஊரைக் கூட்டி ஊளையிடாமல் பேசாமல் ஒப்புக் கொண்டிருந்தால், விஷயம் சுலபமாக முடிந்திருக்கும் அல்லவா! இவளை மாத்திரை கொடுத்துக் கொல்ல நான் நினைக்கவேண்டியதில்லை அல்லவா! இவளுக்கு நிகழப்போவதற்கு இவள்தான் காரணம். நான் வெறும் கர்த்தா.

இவள் என்னை முழுக்க விலைக்கு வாங்கி இருக்கிறாளா? எப்போதும் இவளுக்கு நான் விசுவாசமாக இருக்க வேண்டும் என்று எந்த சாஸ்திரத்தில் எழுதியிருக்கிறது? என்ன என்னவோ சொல்லிக்கொண்டு தான் செய்யப் போவதை தன் மனசுக்குள் மறுபடி நியாயப்படுத்திக் கொண் டார். இந்தப் பெண்களிடம் ஜாக்கிரதையாக இருக்கவேண்டும். இவர்களுக்குச் சுலபமாக இந்தப் பரிதாப வேடம் சட்டென்று பொருந்திவிடும். இதுநாள் வரை எல்லோருக்கும் சம்பாதித்துப் போட்டது போதும். எனக்கென்று சந்தோஷம் வேண்டாமா?

சுகுணா ஊருக்குப் போகும்வரை மகளும் தாயும் என்ன என்னவோ கூடிப் பேசிக் கொள்வதும் இவர் வந்ததும் சட்டென்று நிறுத்தி விடுவதுமாக இருந்தார்கள். சுகுணா ஊருக்குக் கிளம்பும்போது சற்று உற்சாகமாகவே இருந்தாள் சீதா. 'நீ வந்துட்டுப் போறது எனக்கு ரொம்ப நிறைவா இருக்கும்மா. புயல் வீசப் போவுதுன்னு எதிர்பார்த்துக்கிட்டு இருந்தேன். நல்ல வேளை லேசா வீசிட்டுப் போயிருச்சு.'

'கவலைப்படாதம்மா. கடவுள் நம்ம மாதிரி நல்லவங்களை அதிகம் சோதிக்க மாட்டாரம்மா. நமக்கு ஒண்ணும் ஆகாது. அப்பா, நான் வரட்டுங்களா, மகங்கற உரிமையோடதான் கேக்கறேன். ஏதாவது அசட்டுக் காரியம் பண்ணிறாதிங்க!'

'சும்மா செத்த பாம்பை அடிக்காதம்மா! எனக்கும் அலுக்குது!'

'செத்ததுன்னுதான் நம்பிகிட்டிருக்கோம். திடீர்னு உசிர் வந்துரப் போவுது.'

'உபதேசம் பண்ணாமப் போயிட்டு வாம்மா.'

'வர்றம்பா.'

அவள் அடுத்த முறை வரும் போது அம்மாவை உயிருடன் பார்க்கப் போவதில்லை என்று தீர்மானித்தார். சீக்கிரமே முடித்து விட வேண்டும். இப்போது மகளிடம் அம்மாக்காரி எல்லா வற்றையும் சொன்னதால், தன் பிளானில் ஏதாவது மாற்றம் செய்ய வேண்டுமா என்று யோசித்தார். தேவையில்லை. இயல்பாக எல்லாம் நடக்குமாறு செய்துவிட வேண்டும். தக்க சமயத்தில் பூனாவுக்குப் போய் மகளுடன் இருந்து அங்கே செய்தி வருமாறு செய்தால் சிறப்பாக இருக்கும். சந்தேகமே வராது. 'நான் இல்லாதபோது கண்ட மாத்திரைகளைத் தெரியாமல் விழுங்கி...'

'அப்பா, நான் பாட்டுக்கு பேசிக்கிட்டே இருக்கேன். எங்கேயோ பாக்கறீங்களே? என்ன யோசனை?'

திடுக்கிட்டு, 'போய்ட்டு வாம்மா! லெட்டர் போடு!' என்றார்.

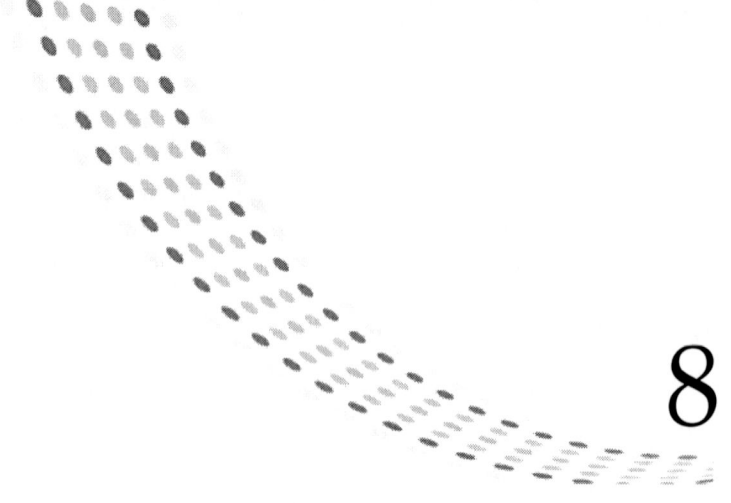

8

அவசரப்படவில்லை அவர். தக்க தருணத்துக்குக் காத்திருந்தார். இயற்கையாக இருக்கவேண்டும். இயல்பாக இருக்கவேண்டும். ஒரு முறை அந்த மாத்திரை சீசாவை எடுத்துப் படித்தார்.

'எச்சரிக்கை. இந்த மாத்திரை அதிக அளவு உட்கொள்வதால் விபரீதங்கள் ஏற்படலாம். கீழ்க்கண்ட விளைவுகளில் ஏதாவது ஒன்று ஏற்பட்டால் உடனுக்குடன் மாத்திரை உட்கொள்வதை நிறுத்திவிட்டு டாக்டருக்குத் தெரிவிக்கவும்...'

யார் தெரிவிக்கப் போகிறார்கள்! சிரித்துக்கொண்டார் ஜெயன். அவசரமே படாதே. காத்திரு. பக்கத்தில் பூச்சி பறக்கும்வரை மோனத்தில் உட்கார்ந்திருக்கும் தவளை போலக் காத்திரு.

அவள் நம்பிக்கையைச் சம்பாதிக்க அவளைக் கோயிலுக்கு கூட்டிச் சென்றார். அர்ச்சனைகள் செய்து பிரசாதங்களைப் பக்தி யுடன் நெற்றியில் வாங்கிக்கொண்டார். அவளுடன் டிவி பார்த் தார். சிரித்தார். நல்ல குடும்பத்தரமான படத்துக்குச் சென்றார். பூவும் பொட்டுமாக, கற்புள்ள கணவனாகவே இருந்தார்.

சீதா பெரிசாக மகளுக்குக் கடிதம் எழுதுவதை மேஜை விளக்கில் இருந்து சந்துஷ்டியுடன் கவனித்தார்.

'இப்பவும் உன் அப்பா நீ வந்து போனதிலிருந்து ரொம்பவும் தான் மாறிப் போய்விட்டார். வேளைக்கு வீட்டுக்கு வந்து விடுகிறார். கோயில் குளங்களுக்கெல்லாம் என்கூட வரு கிறார்... இத்யாதி.'

சீதாவுக்கு ஒரு நாள் லேசாக ஜுரம் வந்தது. உடனே ஆபீசிலிருந்து வந்து டாக்டரை வரவழைத்துக் காட்டினார். அவர் அளித்த மருந்தை வேளை தவறாமல் தன் கைப்பட அவுன்ஸ் கிளாஸில் ஊற்றிக் கொடுத்தபோது அவள், 'எனக்கென்னங்க இனிமே குறை! நீங்க எனக்குத் திருப்பிக் கிடைச்ச மாதிரி ஆயிருச்சுங்க! மருந்து வேண்டாங்க. மனசே குணப்படுத்திடுங்க.'

குணமான மறுதினம் ஜெயன் அந்தச் சிகிச்சைக்குச் சமயம் வந்து விட்டது என்று தீர்மானித்து விட்டார். டெக்ரிஸில்லுக்கு வேளை வந்து விட்டது!

'இத பாரு சீதா, டாக்டர்கிட்ட பேசிக்கிட்டிருந்தபோது நீ ரொம்ப வீக்கா இருக்கிறதாச் சொன்னாரு. அதுக்காக டானிக் ஒண்ணு எழுதித் தரச் சொன்னேன். 'டானிக் வேண்டாம். விட்டமின் மாத்திரை கோர்ஸ் சாப்பிடச் சொல்லுங்க'ன்னு எழுதிக் கொடுத் தார். இதப்பாரு, இந்த மாத்திரைகளை தினப்படி காலைல ஒண்ணு, ராத்திரி ஒண்ணுன்னு சாப்பிடணும், தெரியுதா!'

'அய்யோ! எனக்கு இனிமே மருந்து மாயமெல்லாம் தேவை யில்லைங்க. நீங்க சரியாய்ட்டிங்க. நானும் சரியாய்ட்டேன். இதெல்லாம் வேண்டாங்க.'

'அப்படிச் சொல்லக் கூடாது. ரத்தச் சத்து போதாதாம் உனக்கு. ஒரு கோர்ஸ், ரெண்டு பாட்டில் மாத்திரையை எப்படியாவது பல்லைக் கடிச்சுட்டு சாப்ட்டே ஆகணும் நீ. இது முழுக்க சாப்ட்டாத்தான் மறுபடி பழைய உடம்பு வரும்.'

'வேண்டாங்க.'

'அப்படியெல்லாம் சொல்லக்கூடாது. உனக்கு நல்லதுக்குத் தானே சொல்றேன்? எப்படியாவது எனக்காக இந்த மாத்திரை களைச் சாப்பிட்டா எனக்கு எத்தனை சந்தோஷமா இருக்கும்? நீ சொல்றபடி நான் கேக்கறேனில்லை. அது மாதிரி நான் சொல்ற தையும் நீ கேக்க வேண்டாமா?'

அவள் மிகுந்த சந்தோஷப் பூரிப்புடன், 'சரிங்க, சாப்பிடறேங்க' என்றாள். அந்த பாட்டிலைப் பார்த்தாள். 'எல்லாத்தையும் சாப்பிடணுமா? எத்தனை நாள்ள?'

'எவ்வளவு சீக்கிரம் முடிக்கிறயோ அவ்வளவு நல்லது.'

'நீங்க சொன்னதுக்கு மறுப்பு உண்டா. ஒரு வாரத்தில முடிச்சுரவா.'

'ஊம்! அப்புறம் பாரு. உன் உடம்பில் புதுசாத் தெம்பு வந்து இன்னொரு முறை உண்டானாலும் ஆயிருவே!'

'போங்க, கேலிதான்!'

'சீதா, இப்பகூட நீ அழகாத்தான் இருக்க. தெரியுமா?'

'இப்படி எல்லாம் பேசினா நான் போறேன்.'

'மாத்திரை எடுத்துக்கிட்டுப் போ. ரெண்டு பாட்டில்ல உள்ளதையும் ஒரு பெரிய சீசாவில் கொட்டிக்க. சட்டு புட்டுன்னு சாப்பிட்டு முடிச்சுரு. தினம் நான் கேப்பேன். மாத்திரை சாப்ட்டியா? எத்தனை சாப்ட்ட? அப்படின்னு! என்ன?'

'சரிங்க' என்ற சிரித்துக்கொண்டே மாத்திரை பாட்டில்களை வாங்கிக்கொண்டு சென்றாள்.

'அப்புறம் டாக்டர் இன்னொண்ணு சொன்னாரு. 'முதல்ல மாத்திரை ஒத்துக்கலைன்னு ஒரு மாதிரி இருக்கும். அதுக்கெல்லாம் கவலைப்படவேண்டாம்'னு.'

'இது டானிக் மாத்திரைதானே?'

'ஆமாம், வேறென்ன?'

'உடம்புக்கு புஷ்டிக்குத்தானே?'

'ஆமா அதுக்குத்தான்!'

'சரி முழுங்கிட்டாப் போவுது.'

'இன்னிக்கு ராத்திரியே ஆரம்பிச்சுரு.'

அவள் உள்ளே சென்றதும் தன் கரங்கள் நடுங்குவதை உணர்ந்தார். தினம் ரெண்டாவது சாப்பிடுவாள். தினம் ஒன்றேகூடப் போதும். கொஞ்சம் கொஞ்சமாகப் பேசி தினம் மூன்றுக்குக் கொண்டு வந்து விடலாம். மெல்ல மெல்ல நிதானமாக! முத லில் அந்த மாத்திரைகள் வைத்திருக்கும் பாட்டில்களைத் திரும்ப வாங்கி அப்புறப்படுத்தவேண்டும். எந்தவிதச் சந்தேகமும் எழாமல் இருக்கவேண்டும்.

சீதா திரும்ப வந்தாள். கையில் ஒரு கிளாஸ் தண்ணீருடன். 'இன்னக்கு நாள் நல்லதா இருக்குது. உங்க கையாலேயே முத மாத்திரையைக் கொடுங்க.'

'தாராளமா' என்று முதல் மாத்திரையை வாங்கி அதை அவள் வாயைத் திறக்கச் சொல்லி, நாக்கில் வைத்து, பரிவுடன் நீர் அருந்த வைத்தார். கன்னத்தில் லேசாக முத்தமிட்டார். சட்டென்று கன்னம் சிவக்க அவள் விலகிக்கொண்டாள். கண்களில் கண்ணீர் தெரிந்தது.

'என்ன சீதா!'

'உங்களைப் போய் தப்பா நினைச்சுக்கிட்டு, எல்லாத்தையும் உங்க மககிட்ட சொல்லிட்டேனே. அவசரப்பட்டுட்டேங்க. அவசரப்பட்டுட்டேன்!'

'பரவால்லை சீதா.'

'என் உடம்பு நல்லா இருக்கணும்னு உங்களுக்கு எத்தனை அக்கறை இருக்கு. அதே போல நானும்...'

'சீதா, இன்னிக்கு ராத்திரி கட்டிலைச் சேத்துப் போட்டுக்கலாமா ரொம்ப நாளாச்சு.'

'அய்யோ போங்க!' என்று ஓடினாள்.

'எல்லா மாத்திரையும் நான் சொன்ன மாதிரி ஒரே சீசாவில் போட்டுக்கிட்டியா.'

'ஆச்சுங்க.'

'பொய்! எங்கே காலி சீசாக்களைக் கொண்டாந்து காட்டு பார்க்கலாம்.'

'இதோ பாருங்க.'

அந்த சீசாக்களை வாங்கி வைத்துக் கொண்டார் ஜெயன்.

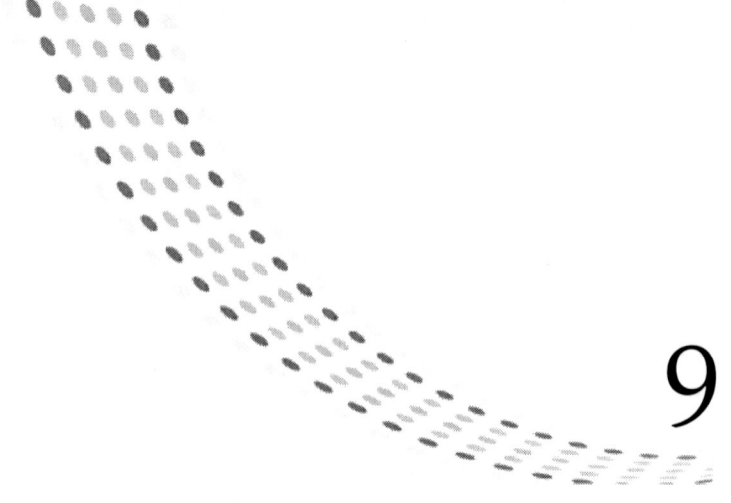

9

ஆபீசுக்குப் போனதும் லேகாவைக் கூப்பிட்டார். கொஞ்ச நாளாகவே அவளிடம் இந்த அந்தரங்கமான விஷயத்தைப் பற்றிப் பேசவில்லை.

‘லேகா, உங்கூடப் பேசணும்.’

‘சொல்லுங்கோ! மக வந்துட்டுப் போனாப்பல இருக்கே.’

‘அவ அப்பவே போய்ட்டா. என் மனைவிகிட்ட நம் விஷயத்தைப் பத்திக் கேட்டுட்டேன்.’

‘என்ன சொன்னாங்க.’

‘ரொம்ப எதிர்ப்பு! மாட்டவே மாட்டேன்னுட்டா!’

‘அப்படியா?’

லேகா இன்னும் கொஞ்சம் இளமையாக இருந்ததுபோலத் தோன்றியது... லேகாவுக்கு இந்த விஷயம் தெரியக்கூடாது. இன்னும் கொஞ்ச நாள்தான் இருக்கிறது என்பதை இவளிடம் இப்போது சொல்லவே கூடாது. இதுவும் இவர் திட்டத்தின் ஒரு அம்சம். மனைவியின் மரணம் எதிர்பாராமல் நிகழ்ந்தது போலத்தான் இவளுக்குக் காட்டவேண்டும். அதன் பின் அந்த அதீத சோகத்தைத் தாங்கிக்கொள்ள லேகாவின் பக்கபலம் தேவை யாயிருப்பது போல... பிரில்லியண்ட்!

‘லேகா! உனக்கு அவ சம்மதமில்லாம கல்யாணம் செய்யறதில விருப்பம் இல்லை, இல்லையா?’

‘உங்களுக்கு?’

‘உனக்கு விருப்பம்னாத்தான்! இப்ப உன்னைப் பத்தித்தான் பேச்சு!’

‘எனக்கு இதில் விருப்பம் இல்லைதான் சார். ஒரு பெண் மனத்தைப் புண்படுத்துவோம்ங்கற குற்ற உணர்ச்சி எங்கிட்ட இருந்துகிட்டே இருக்குது. எந்தப் பெண்ணும் தன் இடத்தில இன்னொரு பெண் வர்றதை விரும்ப மாட்டாங்கறதும், பெண்ணாகிய எனக்கு நல்லாவே தெரியுது. இருந்தாலும் உங்க மனைவிகிட்ட சம்மதம் கேக்கறதுங்கறது பைத்தியக்காரத் தனமாத்தான் தோணிச்சு. நான் உங்களைக் கல்யாணம் செய்துக் கறதா சம்மதிச்சுச் சொன்னது தனிப்பட்ட முறையில. உங்க மத்த பிராப்ளம் எல்லாம் விலகிவிட்ட சூழ்நிலையில்தான்! அந்தப் பிரச்னைகள் இருக்கிறவரைக்கும் நாம ரெண்டு பேரும் எப்படிக் கல்யாணம் செய்துக்க முடியும்னு எனக்கு பிரமிப்பாகவே இருக்குது.’

‘எனக்கும்தான் லேகா. இதுக்கு வேற ஒரு தீர்வும் இல்லாத நிலைலதான் உன்கிட்ட ஒண்ணே ஒண்ணு கேக்க விரும்பறேன்.’

‘என்ன?’

‘நீ எத்தனை நாள் காத்திருக்க முடியும்!’

‘எதுக்கு?’

‘என் மனைவி மனசு மார்றதுக்குத்தான்.’

‘மாறுங்கறிங்களா?’

‘மாறித்தான் ஆகணும், மாறலாம்.’

‘மாறலைன்னா?’

‘நாம ரெண்டு பேரும் ஒருத்தரை ஒருத்தர் மறக்க வேண்டியது தான். ஏன், நானே உனக்கு ஏத்த மாப்பிள்ளையைத் தேடிக் கொடுக்கற முயற்சியில் இறங்கிடுவேன்.’

‘அதான் சொன்னேனே, ஒரு ஆறு மாசம் பார்க்கலாம் சார்!’

‘அதுக்குள்ளே அவ மனசு மாறலைன்னா, அது எனக்குத் துர் பாக்கியம். அவ்ளவுதான்.’

‘சரி அப்படியே வெச்சுக்கலாம்! நான் உங்க மனைவியைச் சந்திக்க விரும்பறேன்.’

‘இப்ப வேண்டாம். இப்ப ஏதாவது விரசமா நிகழலாம். நிகழ்ந்துரும். நீ சந்திக்கவேண்டிய அவசியம் இல்லை. அவளா என் சந்தோஷத்தை உணர்ந்து விட்டுக்கொடுத்தா சரி. இல்லை, நான் உன்னை இழக்க வேண்டியதுதான். அதனால் ஆறு மாசம் பார்க்கலாம். முடியலைன்னா வி வில் பார்ட் ஆஸ் ஃப்ரெண்ட்ஸ். மத்தவன் உன்னை அடையறபோது, நான் பொறமைப்படாமல் இருக்க என்னைத் தயார்ப்படுத்திக்கவும் ஆறு மாசம் தேவையா யிருக்கும்.’

‘உங்க பெருந்தன்மையை நான் பாராட்டறேன் சார்.’

‘இனிமே இதைப் பத்தி நாம பேசவேண்டாம். நம் சினேகிதத்தை மனசுக்குள்ளே ஒத்திப் போட்டுக்கலாம். ஆனா, உனக்கு என்ன ஆனாலும், உன்னை நான் இழந்துட்டாலும், கடைசி வரை நீ என் காதலிதான் லேகா!’

‘தாங்க்ஸ். இன்னிக்கு உங்க எங்கேஜ்மெண்ட்ஸைப் பாக்கறிங் களா?’

பார்க்கும்போது மனசுக்குள் நிறைவாக உணர்ந்தார். ‘இனி என்னை யாரும் சந்தேகிக்கவே முடியாது. இப்போது சீதாவுக்கு என்ன நிகழ்ந்தாலும் விதி அவர்கள் பிரச்னையைத் தீர்த்து வைத்து விட்டதாகத்தான் லேகாவும் நம்புவாள். பெண்ணைப் பொருத்த வரை சீதா வாராவாரம் எழுதும் கடிதங்கள் தன் விசுவாசத்தை நிரூபிக்கும். எல்லா முனைகளையும் பத்திரப்படுத்தியாகி விட்டது. இனி மாத்திரைகள் வேலை செய்ய வேண்டியதுதான் பாக்கி.’

சாப்பிட ஆரம்பித்து விட்டாள். இரண்டு முறை கேட்டு விட் டார். சாப்பிட்டுக் கொண்டிருக்கிறாள். அகஸ்மாத்தாக பாட்டிலைப் பார்த்தபோது அவசரமாக எண்ணிப் பார்த்தார். இரண்டு மாத்திரைகள் குறைந்திருந்தன. சிகிச்சை தொடங்கியாகி விட்டது. அடிக்கடி கேட்கக் கூடாது; சந்தேகம் வரும். ம்ஹூம், சீதா சந்தேகிக்கவே மாட்டாள். கணவனுக்குத் தன் மேல் உள்ள அக்கறையால்தான் கேட்கிறார் என்று எண்ணிக் கொள்வாள். எனக்கு வாழ்வளிக்க வந்த மாத்திரைகளே! உங்கள் பணியைச் செவ்வனே நிறைவேற்றுங்கள். மெல்ல மெல்ல நிதானமாகவே

அவசரமே இல்லாமல் அவளைக் கொல்லுங்கள்! ஒரு வாரம் அல்லது பத்து நாளாகும். இது உடம்பு வாகைப் பொருத்தது. ஆனால், பத்து நாளில் பலன் தெரிய ஆரம்பித்து விடும். முதலில் என்ன செய்யும்? நாஸியா! ஜெயன் சிரித்துக் கொண்டார். அன்று இருவரும் சேர்ந்து படுத்திருந்ததைக் காரணம் சொல்லி, கொஞ்சம் தாமதித்து விடலாம்! இடையில் மேலும் மேலும் மாத்திரைகளை விழுங்க வைக்க வேண்டாம். ஆரம்ப அறிகுறிகள் வந்ததும் ஒன்றிரண்டு தினம் தாமதித்தால் போதும். மெல்ல திரும்பி விடுவாள். மீளாத திருப்பம்! மெல்ல மெல்ல!

வார இறுதியில் பம்பாய் போகவேண்டியிருந்தது. சற்று கவலைப்பட்டார். தான் இல்லாதபோது இந்த ஆரம்ப அறிகுறிகள் வந்து உடனே டாக்டருக்குப் போன் செய்து அவர் மாற்று சிகிச்சை தந்து பிழைக்க வைத்து விட்டாரானால்? பம்பாய் பிரயாணத்தை ஒத்திப் போடுவதாகத்தான் இருந்தார். யோசித்ததில் இதில் ஒரு சாதகமும் இருக்கிறது என்று தோன்றியது. சிகிச்சை ஆரம்பித்து ஏழு நாட்கள்தான் ஆகின்றன. ஏதாவது உடம்புக்கு என்றால் சீதா தான் இல்லாதபோது தன்னிச்சையாக டாக்டரை வரவழைக்க மாட்டாள். சொந்த வைத்தியம் ஏதாவது செய்துகொள்வாள். அதுதான் அவள் வழக்கம். மேலும் பம்பாய் போனவுடன் மத்தியானம் சாயங்காலம் இரு முறை போன் பண்ணிக் கேட்டுக்கொண்டு விடலாம். இரண்டு நாள்தானே! சமாளித்து விடலாம்.

பம்பாய்க்கு வந்தவுடன் அவருக்கு இருப்புக் கொள்ளவில்லை. வந்த உடனேயே மனைவிக்குப் போன் பண்ணிப் பழக்கமே இல்லை. இப்போது போன் செய்தால், 'என்ன இது? வினோதமாக இருக்கிறதே?' என்று சந்தேகப்படுவாள். வேண்டாம். அத்தனை அவசரம் வேண்டாம். மாலை பார்த்துக் கொள்ளலாம். அல்லது ராத்திரி. அவள் அப்போதுதான் மாத்திரை சாப்பிட்டு முடித்திருப்பாள். இதுநாள்வரை சாப்பிட்டுக் கொண்டு தான் இருந்து இருக்கிறாள். முந்தாநாள்கூடத் தற்செயலாக சீசாவைப் பார்த்தபோது மாத்திரைகள் கணிசமாகக் குறைந்திருந்தன. இதுவரை சாப்பிட்டது கூட போதுமானதாக இருந்திருக்கும். நான் போன் பண்ணுவதற்குள் அங்கிருந்து போன் வந்தால் இன்னும் விசேஷம்! ஹோட்டல் அறையில் போன் ஒலிக்கக் காத்திருந்தார்.

மாலை அவருக்கு டீலர்ஸ் கான்ஃபரன்ஸ் இருந்தது. அதை முடித்துக்கொண்டு அதன்பின் ஏற்பாடு செய்திருந்த டின்னரில்

சாப்பிட்டுவிட்டு மறுபடி அறைக்கு வந்தபோது மணி பத்தரை ஆகிவிட்டது. ரிசப்ஷனில் தனக்கு ஏதாவது செய்தி அல்லது டெலிபோன் வந்ததா என்று கேட்டார். இல்லை. அவசரப் படாதே. மருந்து வேலை செய்ய இன்னும் கொஞ்ச நாள் பாக்கி இருக்கிறதோ என்னவோ. சிலரை சீக்கிரமே தாக்கும். சிலரை கொஞ்ச தினங்களுக்கு அப்புறம்... சென்னைக்கு டிரங்கால் புக் செய்தார். சீதா ஜெயன். அர்ஜெண்ட். பீபீ கால். டிரஸ்ஸிங் கவுனுக்கு மாறிக்கொண்டு லேசாகக் கொஞ்சம் விஸ்கி ஊற்றிக் கொண்டு அதைச் சிப்புவதற்குமுன் கண்ணாடியில் பார்த்துக் கொண்டார். நரை லேசாகத்தான் தெரிந்தது. டை அடித்துக் கொண்டிருக்க வேண்டாம். சாயமில்லாமலே லேகா தன்னை விரும்புகிறாள். நான் பார்ப்பதற்கு அவ்வளவு மோசமில்லை தான்! இன்னும் என்னுள் துடிப்புகளும் பதட்டங்களும் போக வில்லைதான். லேகாவின் மூலம் அவள் சம்மதம் கேட்டு ஒரே ஒரு ஆண் மகவைப் பெற்றுக்கொள்ள வேண்டும்! என்ன பெயர் வைக்கலாம்? ஜெயகுமார்! பிரமாதம்! வெற்றியின் குமாரன்! ஜெயனின் குமாரன்! ஆம்! இந்தத் திட்டத்தில் வெற்றிதான். இன்னும் இரண்டு நாள் அல்லது இன்று அல்லது நாளை! டெலிபோன் ஒலித்தது.

'ஹலோ யாரு?' என்று மறு முனையில் சீதாவின் குரல் கேட்க குறுக்கே மற்றொரு பெண்.

'யுவர் மெட்ராஸ் கால் சார்! பீபீ ஹோல்டிங்.'

'சீதா, நான்தான்.'

'யாரு?'

'நான்தான் ஜெயன்.'

'என்னங்க, ஏதாவது உடம்புக்கு?'

'சே! அதெல்லாம் இல்லை! சும்மா உங்கூடப் பேசணும்போல இருந்தது.'

'டிரங்கால்னதும் பயந்தே போய்விட்டேன். உங்களுக்குத்தான் ஏதாவது...'

'சேச்சே! டிரங்கால் சாதாரணமாப் பேசிக்கிட்டு இருக்கிற துக்கும் உண்டு! என்ன சாப்ட்டியா?'

'நீங்க சாப்ட்டியான்னு கேட்டதே போதுங்க. பசியெல்லாம் ஆறிடுச்சு.'

சிரித்து, 'மாத்திரை என்னாச்சு' என்றார், அலட்சியமாகக் கேட்பது போல.

'என்னங்க?'

'மாத்திரை! மாத்திரை!'

'பம்பாய் போனாலும் என் மாத்திரையை மறக்காதிங்க!'

'இல்லை சீதா! உன் உடம்புக்கு நல்லதுக்குத்தானே கேக்கறேன்.'

'என் உடம்புக்கு என்னங்க. நீங்க எப்படி இருக்கிங்க? சௌகரிய மாக போய்ச் சேந்திங்களா? ஹோட்டல் எல்லாம் சௌகரியமா இருக்குதா?'

'ம்... ம்... மாத்திரை சாப்ட்ட இல்லை!'

'இல்லைங்க.'

'ஏன்?' என்றார் அதிர்ந்து.

'அது இன்னையோட காலி ஆயிடுச்சுங்களே. நீங்க கோவிச் சுக்கக் கூடாதுன்னு அப்பப்ப ஒவ்வொண்ணா முடிச்சுட்டேன்.'

'பூரா பாட்டிலையுமா?'

'ஆமாம்!'

'அட' என்றார் சந்தோஷத்துடன், 'ஏதாவது பலன் தெரியுதா?'

'நீங்கதான் சொல்லணும்.'

'நான் பார்த்து உன் உடம்பு தேறித்தான் இருக்குது. எல்லாத் தையும் முடிச்சட்ட.'

'ஆமாங்க முடிச்சுட்டேன்.'

'அப்ப நாளைக்கு வந்துர்றேன் ப்ளைட்டில. நல்லா தூங்கு, என்ன?'

'சரிங்க! இதைப் பேசறதுக்கா டிரங்கால் போட்டிங்க.'

'ஆமா.'

'என்மேல உங்களுக்கு எத்தனை அன்புங்க. இப்படியே கடைசி வரைக்கும் இருந்திட்டா, எனக்கு வேற ஒண்ணும் வேண்டாங்க.'

'கடைசி வரைக்கும்தானே, இருந்துட்டா போச்சு. தூங்குமா சீதா செல்லம். நல்லா நிம்மதியாத் தூங்கு! நாளைக்குச் சாயங்காலம் வந்து உன்னைப் பாக்கறேன்.'

'சரிங்க! என்னை நினைச்சுக்கிட்டிங்களா?'

'சதா சர்வகாலமும்.'

'வெச்சுறவா?'

'வெச்சுறு.'

வைத்து விட்டு விஸ்கியை ஒரே முழுங்கில் காலி பண்ணினார். சுடச்சுட அது உள்ளே இறங்கும்போது, அவர் தன்னைப் பார்த்துப் புன்னகைத்துக்கொண்டார். நாளைக் காலைக்குள் அவர் எழுந்திருப்பதற்குள் எல்லாம் முடிந்து போயிருந்தால் ஆச்சரிய மில்லை. நான் போகும்போது அழுகுரல் கேட்டால் ஆச்சரிய மில்லை. அப்பழுக்கில்லாத செயல். என்மேல் எப்படி சந்தேகம் உண்டாகும்? அந்த மருந்தின் சுவடே, சீசாவின் சுவடே வீட்டில் இருக்காது. சாதாரண டாக்டரிடம் காட்டினால் போதும். டாக்டரிடம் காட்டுவதற்கு அவகாசமே இராது. அதற்குள் ஆட்டம் முடிந்திருக்கும். ராத்திரி டாக்டரைக் கூப்பிட அங்கு யார் இருக்கிறார்கள்? எல்லாம் திட்டப்படியே...

படுக்கையில் படுத்து மாலை வாங்கியிருந்த டெபோனேர் இதழை லேசாகப் புரட்டத் தொடங்கினர். விஸ்கியும் கனமான ராத்திரி சாப்பாடும் சேர்ந்து ஒருவித கிறக்கத்தை உண்டு பண்ணியது. பத்திரிகையின் நடுப் பக்கத்தில் இருந்தவள் மார்பைக் காட்டிக்கொண்டு சிரித்துக் கொண்டிருந்தாள். லேகா வுக்கு மார்பு இத்தனைப் பெரிசாக இருக்காது. கச்சிதமானது. வில் போன்ற உடல். அன்றுதான் பார்த்து விட்டாரே! அது அத்தனை யும் என் வசம் வரப் போகிறது. எத்தனை நாள் காத்திருக்க வேண்டும்? ஆறு மாதம் போதும். அதுவே அதிகம். கொஞ்சம் சாப்பாடு பலத்தினால் வயிற்றில் சற்றே புரட்டல் இருந்தது.

ஒரு கிளாஸ் தண்ணீரில் ஈனோ ஊற்றி, சுறுசுறு என்று சாப்பிட்டு விட்டுப் படுத்துக்கொண்டார். இனி சாப்பிடும்போது ஜாக்கிரதை யாக இருக்க வேண்டும். சுலபத்தில் அஜீர்ணம் வந்து விடுகிறது.

லேகாவுக்காகவாவது உடலை உறுதியாக வைத்துக் கொள்ள வேண்டும். இன்று குடித்திருக்கக் கூடாதுதான். ஆனால், செய்தி கிடைத்ததில் ஏற்பட்ட குதூகலத்தைக் கொண்டாடவேண்டிய அவசியமாகி விட்டது. இன்று மட்டும்தான். நாளையில் இருந்து லேகாவுக்காக, அவளுக்கே என் உடல் முழுவதும்.

தூங்கிப் போய்விட்டார். இரவு மூன்று மணிக்கு தூக்கம் கலைந்து போய் எழுந்தார். இன்னேரம் ஏதாவது சீதாவுக்கு ஆகியிருக்க வேண்டும். அதுதான் எழுந்துவிட்டோம். வயிற்றில் வலி இருந்தது. ராத்திரி சாப்பிட்டதில் ஏதோ ஒத்துக் கொள்ளவில்லை. மீன் கொஞ்சம் பழசாயிருக்க வேண்டும். கொஞ்சம் வாந்தி வருவது போல இருந்தது. பாத்ரூமுக்குப் போய் வாயில் விரல் வைத்து வாந்தி எடுத்துப் பார்த்தார். வரவில்லை. சற்றுத் தெம்பாக இருந்தது. காலை சரியாகி விடும். ப்ரெக்ஃபாஸ்ட் ஏதும் எடுத்துக் கொள்ளாமல் பட்டினி போட்டால் சரியாகி விடும் என்று படுத்துக் கொண்டார். மறுநாள் காலை தெம்பாகத் தான் இருந்தார்.

இருந்தும் வயிற்றில் லேசான வலி இருந்துகொண்டே இருந்தது. அப்பெண்டிஸைட்டிஸ் என்று ஒரு சின்ன சந்தேகத்தில் மனசுக்குள் குத்தியது. எதுவாக இருந்தாலும் சென்னைக்குப் போனபின்தான் டாக்டரைப் பார்க்கவேண்டும். ஏன் இன்னும் சென்னையில் இருந்து தந்தி வரவில்லை? இன்னம் அவளுக்கு ஏதும் நிகழ ஆரம்பிக்கவில்லை போலும். எப்படியும் இன்று சாயங்காலத்துக்குள் ஏதாவது நிகழ்ந்தே தீரும். அத்தனை மாத்திரைகள் உட்கொண்டிருக்கிறாள். ஒருவேளை காலை அவளை ஆஸ்பத்திரியில் அட்மிட் பண்ணி, கணவன்தான் மத்தி யான பிளேனில் வரப் போகிறானே, தந்திக்கு அவசியமில்லை என்று எண்ணியிருப்பார்களோ? விமானத்தில் ஏறும் வரை அதைப் பற்றியே எண்ணிக்கொண்டு வந்தார். வயிற்று வலி ஒரு மௌன மூலையில் உறுத்திக் கொண்டே இருந்தது. காலை பட்டினி போட்டு விட்டார். பிளேனில் கொடுத்த பிளாஸ்டிக் சுற்றிய சிக்கன உணவில் புட்டிங் மட்டும் சாப்பிட்டு விட்டு காபி பருகினார்.

சென்னை விமான நிலையத்துக்கு கம்பெனி கார் வந்திருந்தது. டிரைவரிடம் 'ஏம்பா, வீட்டுக்கு கார் எடுத்துட்டு போயிருந்தியா?'

'இல்லைங்களே.'

‘வீட்டுக்கு டிரைவர் யார் போயிருக்கான்?’

‘துரைங்க.’

‘வீட்டுல ஏதும் விசேஷமில்லையே?’

‘இல்லைங்க.’

இன்னும் இல்லை. போர்டிக்கோவில் கார் நழுவி நின்றபோது, வாசலில் சீதா இனிய முகத்துடன் வரவேற்றாள். ‘என்ன! உனக்கு ஒன்றுமே இதுவரை ஆகவில்லையா?’

‘என்ன சீதா எப்படி இருக்கே?’

‘நல்லாத்தாங்க இருக்கேன். ரெண்டு நாளில என்ன ஆயிரப் போவுது. நீங்க நல்லா இருக்கிங்களா? ஏன் கொஞ்சம் சோர்ந் தாப்பலே இருக்கிங்க.’

‘அஜீர்ணம். வயித்தில் காலைல இருந்து நோவு. பம்பாய்ல ஓட்டல்ல சாப்ட்டது ஒத்துக்கலை போல இருக்கு.’

‘அடடே! இனிமே டூர் போறப்போ என்னையும் கூட்டிட்டு போயிருங்க. பத்தியமா சமைச்சுப் போடறேன்.’

‘உனக்கு ஒண்ணுமில்லையே? அந்த மாத்திரை சாப்பிட்டதால எந்த விதமான ரியாக்ஷனும் இல்லையே.’

‘அதெல்லாம் ஒண்ணுமில்லைங்க.’

‘பூரா பாட்டிலையும் சாப்ட்டுட்ட இல்லை.’

‘மாத்திரைதானே, நீங்க குடுத்த மாத்திரைதானே? ஆச்சுங்க!’

‘பின்னே?’

‘பின்ன என்னங்க.’

‘ஒண்ணுமில்லை.’ டாக்டர் மனோகருக்குப் போன் பண்ணலாமா? சே! உளறலாக எதையாவது செய்து வைக்காதே. பொறு! பொறு! இன்னும் கொஞ்ச நாளாகுமோ என்னவோ. இல்லை அவசரமாக இன்னொரு பாட்டிலைத் தருவிக்கலாம். ஆபீஸுக்கு நாளை போனவுடன் இதுதான் முதல் காரியம். சீதா இத்தனை மாத்திரை சாப்பிட்டதற்கு வெய்ட் குறைந்தவளாகத் தெரிய வில்லையே. ஏன்? ஒரு வேளை அவள் உடம்புக்கு இது

ஒத்துப் போயிருக்கிறதோ. அவளை உள்ளே அனுப்பி விட்டு அந்தச் சீசாவை எடுத்துப் பார்த்தார். ஒரு மாத்திரை பாக்கியில்லை. சாப்பிட்டுத்தான் இருக்கிறாள். காத்திருந்து பார்க்கலாம்.

மறுதினம் அவரால் ஆபீஸுக்குப் போக முடியவில்லை! அடிக்கடி வாந்திக்கு வரும்போல இருந்தது. லேசாக ஜுரமும் இருந்தது. அஜீர்ணத்தால் எதையும் சாப்பிடப் பிடிக்கவில்லை.

காலை ஆபீஸிலிருந்து டெலிபோன் வந்தது. அன்றைய மீட்டிங் கெல்லாம் ரத்து செய்துவிட்டுப் படுத்துவிட்டார். கொஞ்சம் ஒரு மாதிரித்தான் இருந்தது.

'என்னங்க உடம்புக்கு? சாப்பிடவே இல்லையே!'

'பம்பாய்ல எதையோ தின்னதில் வயிறு கெட்டுப் போச்சு சீதா. நாளைக்கு சரியாய்டும். நீ அந்த மாத்திரையைச் சரியா சாப்பிட்ட தானே!'

சீதா தயங்கினாள். மென்று விழுங்கினாள்.

'என்ன சீதா?'

'நீங்க இத்தனை அன்பா இருக்கிங்க. உங்ககிட்ட பொய் சொல்ல விரும்பலிங்க. அந்த மாத்திரைகளை நான் சாப்பிடலை!'

ஜெயன் அதிர்ச்சியுற்று... 'பின்னே பாட்டில் காலியாக இருந்ததே, என்ன பண்ணே மாத்திரைகளை?'

'அது வந்துங்க... அது... வந்துங்க...? என்னங்க. என்னமோ மாதிரி பாக்கறிங்களே! என்னங்க ஆயிருச்சு உங்களுக்கு!'

அவள் சொல்வது எதுவும் கேட்கவில்லை ஜெயனுக்கு. அலை மாதிரி வாந்தி வந்தது. உடனே பாத்ரூமுக்கு ஓடினார். பாதியி லேயே பழுப்பாக வாந்தி எடுத்தார். உள்ளுக்குள் இருப்பது அத்தனையும் கொட்டிவிட வேண்டும் போல வயிற்றை எக்கியது. பேச முடியவில்லை. தாகம் எடுத்தது. நாக்கு குழறியது.

'என்னங்க, என்ன தின்னிங்க?'

'மாத்திர... மாத்திரய... என்ன பண்ணே?' என்று சொல்லி முடிப்பதற்குள் அவருக்குக் கண்களைச் சுழற்றியது.

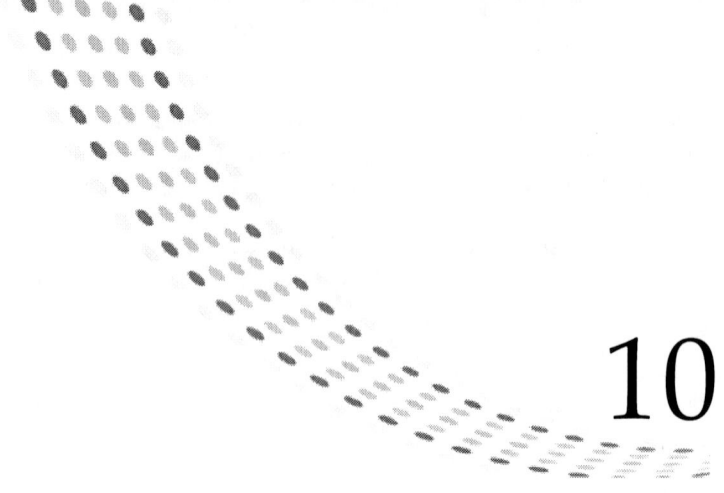

10

கண் விழித்தபோது அவருக்கு உடம்பெல்லாம் வியர்த்திருந்தது. தலைவலியும் தலை சுற்றலும் இருந்தது. மூச்சு விடுவதற்குக் கஷ்டமாக இருந்தது. நான் எங்கே இருக்கிறேன்? இதென்ன? என் கையில் குழாய் பொருத்தி இருக்கிறார்கள். இது என்ன இடம்? ஆஸ்பத்திரியாகத்தான் இருக்கவேண்டும். எதிரே ஸ்டூல் போட்டு கவலை முகத்துடன் சீதா உட்கார்ந்திருந்தாள். இவர் கண் விழித்ததும் 'முழிச்சிக்கிட்டாரு' என்று நர்ஸைக் கூப்பிடப் போனாள். 'சீதா! சீதா இங்க வா' என்று சொல்ல நினைத்தார்.

நினைப்பு மட்டும்தான், விருப்பம் மட்டும்தான் எஞ்சியிருந்தது. பேச்சாக வரவில்லை. கண்களை மறுபடி சுழற்றியது. கை கால்களை அசைக்கவேண்டும் போல் இருந்த ஆசையையும் நிறைவேற்ற மோட்டார் செயல்பாடுகள் ஒத்துழைக்கவில்லை. உறைந்த உயிர் போலப் பனிக் கட்டிகள் வைத்துப் பதனம் செய்யப்பட்டதுபோல் உணர்ந்தார்.

சீதா நர்ஸைக் கூப்பிட்டு விட்டு மறுபடி அவசர அவசரமாக அவர் அருகில் வந்து உட் கார்ந்தாள். மிகவும் சிரமப்பட்டு அவளை நிமிர்ந்து பார்க்க முடிந்தது. கண்களால் என்னவோ சொல்ல விரும்பினார். நெற்றியில் மஞ்சள் குங்குமமாகப் பளிச்சென்று உத்சவ மாரியம்மன் போல இருந்தாள். அவரைப் பார்த்து, 'என்னங்க என்னங்க முழிச்சிட்டிங்களா, நான் சொல்றது கேக்குதா. பேசுங்களேன். பேசுங்களேன்' என்று அவரை லேசாக அசைத்தாள். ஜெயனுக்குப் பேச முடியவில்லை. பேசும் விருப்பம் ஏராளமாக இருந்தது. கேள்வி கேட்கும் விருப்பம்.

'என்னடி செய்தே அத்தனை மாத்திரைகளையும்' என்று அடித்துக் கேட்கும் விருப்பம். கண்ணைத்தான் உருட்ட முடிந்தது.

'பாருங்கம்மா நெனப்பு வந்திருச்சு, கண்ணை உருட்டறாரு.'

'மிஸ்டர் ஜெயன்' என்று நர்ஸ் அவரைப் பார்த்துச் சிரித்து விட்டு வாயில் தர்மாமீட்டரைச் செருகினாள். தன் வாழைத் தண்டு கரத்தில் மணி பார்த்தாள். எத்தனை ஆரோக்கியமாக இருக்கிறாள். லேகாவும் அப்படித்தான். அவளும் எத்தனை ஆரோக்கியம்.

'பேச மாட்டேன்றாரம்மா.'

'இப்பத்தான் முழிச்சுக்கிட்டிருக்காரு.'

'பேச முடியாதா இவரால?'

'ஸ்டுப்பர்னு சொல்வாங்க. பேச முடியாது. நினைவு மட்டும் இருக்கும்.'

'நாம பேசறது இவருக்குக் கேக்குமோ?'

'கேக்கும். ஏதோ உங்களைத்தான் கூப்பிடறார் பாருங்க.'

'என்னாங்க?' என்று பரிவுடன் படுக்கை அருகில் உட்கார்ந்தாள். மருந்தை! மாத்திரையை! என்னதான் செய்தே என்று கேட்க விரும்பியபடி ...... என்றுதான் வெளிப்பட்டது. 'என்ன கேக்க றாங்க? தெரியலிங்க.'

'என்னங்க உடம்பு இவருக்கு, என்ன எழுதியிருக்கு?'

'ஃபுட் பாய்ஸனிங்குக்குத்தான் ட்ரீட்மெண்ட் கொடுத்திட்டிருக்கார். எதையாவது எக்குத்தப்பா சாப்ட்டாரா?'

'பம்பாய்க்குப் போய் சாப்பாடு ஒத்துக்காம வயிற்று வலின்னு சொன்னார்.'

'இங்க வேற எதுவும் சாப்பிடலை? ஏதும் ஒத்துக்காத மருந்து மாத்திரை ஏதாவது?'

'இல்லைங்க. விட்டமின் மாத்திரை மட்டும்தான் சாப்பிட்டுக் கிட்டிருந்தாரு.'

'விட்டமின் மாத்திரையா?' என்று ஜெயன் மௌனமாக எரிந்தார்.

‘எனக்குன்னு உடம்பு தேர்றதுக்கு மாத்திரை வாங்கிக் கொடுத்தாருங்க. விட்டமின் மாத்திரை. நான் சாப்ட்டே ஆகணும்னு கட்டாயப்படுத்தினாருங்க. நான்தான் எனக்கு என்ன உடம்பு தேர்றது, இவருக்குத்தான் உடம்பு முக்கியம்னு இவருக்குத் தெரியாமலேயே கொடுத்துக்கிட்டு வந்தேன். ரெண்டு சீசா மாத்திரைங்க! ஒவ்வொண்ணா பால்ல ஒரு நாளைக்கு ரெண்டு மாத்திரை. அது ஏதாவது...’

‘சேச்சே! விட்டமின் மாத்திரை ஒண்ணும் பண்ணாதம்மா இவருக்கு. ஏதோ ஃபுட் பாய்ஸனிங் ஆயிருக்கு. டாக்டர் மனோகரே பாக்கப் போறாரு.’

‘அடிப் பாவி! அடிப் பாவி! அத்தனை மாத்திரையையும் எனக்குக் கொடுத்து விட்டாயா? பாதகி! பாதகி’ என்று சப்தமில்லாமல் திட்டினார். எப்படிக் கொடுத்திருப்பாள்! ஓ! தினம் நான் சாப்பிடும் பி காம்ப்ளெக்ஸ் மாத்திரைக்குப் பதில் இதை வைத்திருப்பாள். இல்லையெனில் ஓவல் டின்னில் கலந்து இரண்டு வேளை...

பாதகி, வேண்டுமென்றே செய்தாயா? அறியாமல் செய்தாயா! அய்யோ என்ன செய்வேன்! என்னால் பேச முடியவில்லையே. எனக்கு மெல்ல மெல்ல நினைவு தப்பிக் கொண்டிருக்கிறதே, என்னை, எனக்கு, ஏதாவது, ஏதாவது, சுழற்றுகிறதே, இரு! இரு! விழித்திரு! விழித்திரு.

‘ஏம்மா, உயிருக்கு ஆபத்தில்லைங்களே.’

‘பெரிய டாக்டர் வந்துதான் சொல்ல முடியும் அம்மா.’

‘எப்ப வருவாரு?’

‘கொஞ்ச நேரத்திலம்மா’ என்று நர்ஸ் ஆட்டிக்கொண்டு ஆரோக்கியமாகப் போனாள்.

அவள் சென்றதும் சீதா படுக்கையில் அருகில் உட்கார்ந்து ஜெயனைப் பரிவுடன் தடவிக்கொடுத்து, ‘இதப் பாருங்க! முருகன் புண்ணியத்தில் உங்களுக்குச் சரியாகிடுங்க. அத்தனை வைட்டமின் மாத்திரை சாப்ட்டதுக்கு உடல்ல பலம் இருக்க வேண்டாங்களா?’

பாவி! சண்டாளி! என்று நெற்றியைச் சுருக்கக்கூட முடியவில்லை. கழுத்து மட்டும் அந்தரத்தில் தொங்கியது. அழ

வேண்டும் போலவும், பீறிட்டுக் கத்தவேண்டும் போலவும் இருந்தது. முடியாத நிலையில் கண் இரப்பைகளை நகர்த்து வதற்கே சிரமமாக இருந்தது.

'பயப்படாதிங்க. உங்களுக்கு ஒண்ணும் ஆகாதுங்க. என் மாங்கல்ய பாக்கியம் ஒண்ணும் செய்யாது!'

டாக்டர் மனோகர் வந்து தன்னைப் பரிசோதிப்பது லேசாகத் தெரிந்தது. அவர் பேச்சு சற்று சற்று தூரத்தில் போய்க் கொண்டிருந்தது.

'ஏம்மா எத்தனை நாளா இப்படியிருக்காரு?'

'முந்தா நா சாயங்காலத்தில இருந்து.'

'தலை வலி இருந்ததாச் சொன்னாராமா?'

'சொன்னாரு டாக்டர்.'

'வாந்தி எடுத்தாரா?'

'நிறைய தடவைங்க.'

'தாகம்?'

'இருந்ததுங்க.'

'ஒரு மாதிரி தவிக்கிற மாதிரி இருந்தாரா?'

'ஆமாங்க நிறைய வேத்து, வேத்து விட்டுதுங்க. டாக்டர் இது மஞ்சக் காமாலையா டாக்டர்? அப்படித்தான் எல்லாரும் சொன்னாங்க.'

'இல்லைம்மா! இது வேற.' பக்கத்து டாக்டரிடம் 'நோட்டிஸ் தி பிக்மென்டேஷன்!' கண்ணைப் பார்த்தார். 'கன்ஜங்ட்டிவே!' தலையை ஆட்டினார்.

'என்ன டாக்டர்?' பக்கத்தில் வந்து நின்ற லேகாவைப் பார்த்தார் ஜெயன். லேகா வார்டின் வாசலில் நின்றிருந்திருக்க வேண்டும். உள்ளே வந்திருக்கிறாள். கவலையுடன் அவரையே பார்த்துக் கொண்டிருந்தாள்.

டாக்டர், 'இத பாருங்கம்மா! இவரு சமீபத்தில் டெக்ரிஸில்னு ஏதாவது மாத்திரை சாப்பிட்டாரா?'

‘டெக்ரிஸில்லா? வெய்ட் எ மினிட்! டாக்டர், அந்த மாத்திரை ரெண்டு பாட்டில் அமெரிக்காவிலே இருந்து வரவழைச்சிருந் தார். நீங்கதான் கேட்டதாகவும் அதை உங்ககிட்ட நேராவே கொடுக்கறதாகவும் சொன்னார்.’

‘டெக்ரிஸில்லா?’

‘ஆமா!’

‘நான் கேட்டேனா! பாழாப் போச்சு! அந்த மாத்திரை எங்க இப்ப?’

‘இவர்தான் வெச்சுக்கிட்டிருந்தாரு.’

‘ஓ மை காட்! அன்னிக்குப் பார்ட்டில பேசிக்கிட்டிருந்தேன் இந்த மாத்திரையைப் பத்தி. சொந்த வைத்தியம் பார்த்துக்கிட்டார் போல இருக்கு. இவரே வாங்கி முழுங்கியிருக்காரு. சரியா ஞாபகம் இருக்குதில்லைம்மா? டெக்ரிஸில்?’

‘நிச்சயம். நான்தானே டெலக்ஸ் அடிச்சு நியூயார்க்கில் இருந்து வரவழைச்சேன்!’

‘பாத்திங்களா டாக்டர் பத்மனாபன்? சிம்ப்ட்டம்ஸில இருந்து எப்படித் தெரியுது பாருங்க.’

‘டாக்டர், இவரு இப்ப என்ன நிலைமையில் இருக்காரு?’

‘சொல்ல முடியாதம்மா. நர்ஸ், முதல்ல ஆக்ஸிஜன் சிலிண்டரைக் கொண்டு வாங்க...’

‘மிஸ்டர் ஜெயன்’ என்று படுக்கையின் பக்கம் தலையைச் சாய்த்து அவரைப் பார்த்து ‘என்ன? நான் சொன்னதுக்கு எதிரா விஷப் பரீட்சை பண்ணிப் பாத்துட்டிங்க! நான் அந்த மாத்திரை பத்தி எத்தனை சொன்னேன்? ஏன் இப்படிச் செஞ்சீங்க? எல்லாத்தை யும் சாப்ட்டுட்டிங்களா?’

‘பேசவே இல்லை டாக்டர் அவரு!’

‘நீங்க கவலைப்படாதீங்க சீதா! அவரு சீக்கிரமே பேசுவாரு இல்லை டாக்டர்?’ என்றாள் லேகா.

‘அதிகம் சான்ஸ் இல்லை. பாருங்க பத்மனாபன், ம்யூக்கஸ்கூட பிக்மெண்டேஷன்! ஷ்யூர் ஸைன்! இந்த பிக்மெண்டேஷன்,

அப்புறம் கன்ஜங்க்ட்டிவே. கேள்வி கேக்காம டை-நைட்ரோ கிரெஸால்னு சொல்லிரலாம்!'

'ரிமார்க்கபிள் டாக்டர். ஆச்சரியமா இருக்குது. டக்குனு கண்டுபிடிச்சுட்டிங்க!'

'அனுபவம்தான் பத்மனாபன்! ஒரு டாக்ஸிகாலஜிஸ்ட்டுக்கு அனுபவம்தான் முக்கியம்.'

'ஹௌ எபவுட் திஸ் மேன் நௌ!' என்று ஜெயனைப் பார்த்துக் கேட்டார்.

'ம்ஹூம்... ஃபார் டூ கான்! நாட் மச் ஆஃப் சான்ஸ். பார்பிச்சு ரேட்ஸ் கொடுத்துப் பாருங்க. லெட்ஸ் ட்ரை!'

'அடப்பாவி! ட்ரையாவது! ஏதாவது செஞ்சு என்னைக் காப்பாத் துங்கடா! ஏய்! ஏய்!' டாக்டர் மனோகர் அலட்சியமாக வெளியே செல்ல, ஜெயனுக்குக் கண்ணை திறந்து பார்ப்பதே இப்போது கஷ்டமாக இருந்தது.

பத்மனாபன் டாக்டர் நர்ஸிடம் ஏதோ சொல்ல, அவள் மூக்கில் ரப்பர் குழாயை ஆக்ஸிஜனுடன் செருக, ஜெயன் சிரமப்பட்டுத் தன் மனைவி சீதாவைப் பார்க்க, லேகா அவள் அருகில் சென்று தோளில் தடவிக் கொடுத்துக் கொண்டிருந்தாள். 'பயப்படாதீங் கம்மா, தைரியமா இருங்கம்மா!' அருகே அவர் மகள் சுகுணாவும் தெரிந்தாள். இவள் எப்போது வந்தாள்? எல்லாரும் ஏன் வந்திருக் கிறார்கள்? அய்யோ! நான் சாகப் போவதாக எதிர் பார்க்கிறார்களா? நான் சாகப்போவது இவர்கள் மூன்று பேருக்குமே தெரியுமோ?

மூன்று பெண் முகங்கள் அவரையே பார்த்துக்கொண்டிருக்க மகள் தாய்க்கும், தாய் மகளுக்கும், லேகா இரண்டு பேருக்கும் சமா தானம் சொல்லிக்கொண்டிருக்க, அவர் மனத்தில் விவரமில்லாத சந்தேகம் ஒன்று உருவாகியது. மூன்று பேரும் செய்த சதியா இது! மூன்று முகங்கள் - மஞ்சள் பூசிய தாய் முகம், இளமை பொங்கும் மகள் முகம், லேகாவின் இனிய முகம் - மூன்றும் அவரைப் பார்த்து லேசாகச் சிரிப்பது போலத் தோன்றியபோது அவர் முழுவதும் நினைவிழந்தார்.